आपल्या स्नेहीजनांना पुस्तके भेट द्या

रत्नाकर मतकरी

जादू तेरी नजर

दोन अंकी नाटक

मेहता पब्लिशिंग हाऊस

✆ +91 020-24476924 / 24460313 / Mob. No. 9545000513

Email : production@mehtapublishinghouse.com

Website : www.mehtapublishinghouse.com

JADU TERI NAJAR by RATNAKAR MATKARI

जादू तेरी नजर : रत्नाकर मतकरी / दोन अंकी नाटक

Email : author@mehtapublishinghouse.com

प्रकाशक : सुनील अनिल मेहता, मेहता पब्लिशिंग हाऊस,
१९४१ सदाशिव पेठ, माडीवाले कॉलनी, पुणे – ४११०३०.

अक्षरजुळणी : इफेक्ट्स, २१/६ब, आयडिअल कॉलनी, कोथरूड, पुणे – ४११०३८.

मुद्रक : ट्रिनिटी ॲकॅडमी फॉर कॉर्पोरेट ट्रेनिंग लिमिटेड

मुखपृष्ठ : चंद्रमोहन कुलकर्णी

प्रकाशनकाल : जानेवारी, २००७ / सप्टेंबर, २०१२ /
पुनर्मुद्रण : मार्च, २०२१

किंमत : ₹ ९०

P Book ISBN 9788177667981

E Book ISBN 9789353170325

E Books available on : amazonkindle Apple Books Google Play Books

---

आमच्या घरातील 'जादू'

चि. अर्णव विनोद

यास अतीव प्रेमाने

'जादू तेरी नजर' या नाटकाचा पहिला प्रयोग 'सुयोग, मुंबई' या संस्थेने, आचार्य अत्रे नाट्यगृह, कल्याण, येथे गुरुवार, २१ जुलै, २००५ रोजी दुपारी ४.३० वाजता सादर केला.

लेखक : रत्नाकर मतकरी
दिग्दर्शक : मंगेश कदम
संगीत : अशोक पत्की
नेपथ्य,
प्रकाशयोजना,
वेशभूषा : प्रदीप मुळ्ये
नृत्ये : मयूर वैद्य
रंगभूषा : जगन्नाथ तेलवणकर
सूत्रधार : मंगेश कांबळी
निर्माता : सुधीर भट, गोपाळ अलगेरी

कलाकार

डॉ. पुंडलीक : प्रशांत दामले
पक्या : सतीश तारे
पूर्वा : शलाका पवार
नवीन : अनिरुद्ध जोशी
नवनीत : सुजाता जोशी
मंदार : आस्वाद काळे
मंजूषा : मानसी जोशी
बोगस : संदीप फाटक
वर्दे : शाम पोंक्षे
नर्तक : श्रीकांत वावदे

डी आर एम नं. : DRM 767/2005 dt. 24.8.2005

पत्ता
प्रतिभा मतकरी, राधा निवास, टिळक रोड, दादर, मुंबई ४०००१४.

नाटक वाचण्यापूर्वी

सर्वसामान्य लोकांना शेक्सपियरच्या शोकांतिका जेवढ्या माहीत आहेत, तेवढ्या त्याच्या सुखात्मिका नाहीत. 'मिडसमर नाइट्स ड्रीम' ही त्यातल्या त्यात अधिक परिचयाची आणि समीक्षकांच्या जिव्हाळ्याची सुखात्मिका.

'जादू तेरी नजर' हे या सुखात्मिकेशी संबंधित आहे. ते 'मिडसमर...' चे रुपांतर मुळीच नाही, तर त्याला वाहिलेली आदरांजली आहे. त्या सुखात्मिकेतील मध्यवर्ती घटना आजच्या व्यक्तिरेखांसकट आजच्या काळाच्या व आजच्या रंगमंचाच्या चौकटीत कशी दिसेल, हे पाहण्याचा हा एक गमतीदार प्रयोग आहे. 'मिडसमर' ची आठवण व्हावी, अशी प्रसंग रचना आणि संदर्भ त्यात जाणूनबुजून निर्माण केले आहेत, ते मूळ नाटक ज्यांना ठाऊक आहे, त्यांच्यासाठी. पण ज्यांना ते अजिबात माहीत नाही– म्हणजे आजच्या व्यावसायिक नाटकाच्या बहुसंख्य प्रेक्षकांना– त्यांचीही हे नाटक मूळ संदर्भाशिवाय स्वतंत्रपणेच उत्तम करमणूक करू शकेल.

'मिडसमर नाइट्स ड्रीम' जेव्हाजेव्हा रंगमंचावर आले, तेव्हातेव्हा त्यातील काव्यात्मक अद्‌भुतरम्यतेचे आव्हान स्वीकारले गेले. किंबहुना ते त्या त्या निर्मितीचे सामर्थ्य ठरले. या नाटकाशी नाते सांगणाऱ्या 'जादू तेरी नजर'च्या निर्मितीमध्येही या सौंदर्याची, भव्यतेची, काव्यात्मकतेची आणि अद्‌भुतरम्यतेची अपेक्षा आहे. एक लहानसे उदाहरण– नाटकाचा अर्ध्याहून अधिक भाग जिथे घडतो, त्या डॉ. पुंडलिकांच्या फार्महाऊसच्या नेपथ्याचे. हा बंगला समुद्रकाठीच्या सुरूच्या बनात आहे. त्याच्या खिडक्या, दारे इत्यादी शक्य असेल तितक्या साऱ्या उघड्या जागांमधून बाहेरचे सुरूचे बन दिसावे; कारण 'मिडसमर...' मधील सारे महत्त्वाचे प्रसंग जादूच्या गर्द रानातच घडतात.

नाटकात ही अद्‌भुतरम्य काव्यात्मकता यावी यासाठी एक योजना आहे, ती गाण्यांची. यात नांदीपासून द्वंद्वगीतापर्यंत अनेक प्रकार आहेत. यातील जवळपास सर्व गाण्यांना कोरसची साथ असायला हवी. याचे एक कारण, म्हणजे बहुसंख्य गाणी पुरुषांच्या तोंडी आहेत. कोरसमधून स्त्रीस्वर मिसळला जाऊन गाण्यांचे माधुर्य वाढेल.

या कोरसची आणखी एक गरज आहे, ती नृत्यासाठी. MTV म्युझिक अल्बम्स, इव्हेन्ट्स आणि चित्रपट पाहण्याची सवय झालेल्या आजच्या प्रेक्षकाला, नटाने रंगमंचावर एकटेच उभे राहून गाणे, ही कल्पनाही ओकीबोकी, रुखीसुखी वाटेल. आजच्या संगीत नाटकाकडून नेत्रसुखदतेचीही अपेक्षा आहे. त्यात समूहाच्या आकर्षक हालचाली आणि नेत्रदीपक प्रकाशयोजना, अशा गोष्टींना महत्त्वाचे स्थान आहे. शिवाय या नाटकाच्या विषयाशी सुसंगत अशी काव्यात्मक अवास्तवता, कोरस या प्रकारच्या उपयोगातून साध्य होईल. कोरस कटाप करणे अशक्य नाही, पण ते एकूण निर्मितीच्या दृश्यात्मकतेला, दर्जाला आणि प्रमाणाला (Scale) मारक ठरेल.

कोरसखेरीज या नाटकात सहा पुरुषपात्रे व तीन स्त्रिया आहेत.

एक वास्तववादी नेपथ्य ६०टक्के काळ दिसणारे, दुसरे तसेच, २०टक्के दिसणारे. २०% एका रंगवलेल्या पडद्यावरचे. दोन अंकी, पाच प्रवेशी (३ व २), सुमारे अडीच तास चालणारे, हे नाटक नुसतीच सोशल कॉमेडी न ठरता तो एक विनोदी, तरीही सौंदर्यपूर्ण नाट्यानुभव ठरावा!

– लेखक

'जादू तेरी नजर' या नाटकाच्या निर्मितीस महाराष्ट्र राज्य व्यावसायिक नाट्यस्पर्धा २००५चे सर्वोत्कृष्ट नाटकाचे पारितोषिक मिळाले. याखेरीज लेखन, दिग्दर्शन, संगीत, प्रकाशयोजना तसेच अभिनयासाठी पुरुष आणि अभिनय स्त्री ही पारितोषिकेही मिळाली.

१/१ :

पार्श्वभूमीत, पूर्वी नाट्यगृहांच्या रंगमंचाचा दर्शनी पडदा असायचा, तसा, अगदी रोमँटिक पद्धतीचा आकर्षक पडदा. त्यावर आकाश, ढग, चंद्र, तारे इत्यादी, मेहनतीने रंगवलेले. शिवाय, खालच्या बाजूला डोंगर, मोठमोठी फुले वगैरेंचे लांबरुंद कट्आऊट्स– जे वेळप्रसंगी विंगांमध्ये खेचून घेता येतील.

या पडद्यासमोर उभा राहून सूत्रधार नांदी म्हणतो. *(नाटकातील 'पक्या' या पात्रानेच आपल्या पोशाखावर उपरणे-पगडी चढवून सूत्रधाराचे काम करावयाचे आहे.)* त्याला परिपार्श्वक उर्फ 'कोरस' साथ देतात.

सूत्रधार : परि. :

नांदी

कोण्या काळी इंग्लंडामधी होता एक शायर
नाव जयाचे जगी गाजले विल्यम शेक्सपियर

आकाशाच्या फलकावरती, ताऱ्यांच्या शब्दांनी
कोणी लिहितो कविता रात्री, दिवसा रविकिरणांनी
महान तितुका धरतीवरती प्रतिभेचा ईश्वर
नाव जयाचे जगी गाजले विल्यम शेक्सपियर

लिहित्या शब्दांमधून वाचतो मनुष्य साक्षात
नाटक विश्वाचे घडवितो मंचनाटकात
सुष्ट-दुष्ट निष्पाप पिपासू साऱ्यांचे आगर
नाव जयाचे जगी गाजले विल्यम शेक्सपियर

भव्य नि उत्कट प्रेम करावे, जसे रोमिओ-ज्युलियट
कधी हसोनी म्हणे, प्रेमिका, तू भोळा रे खुळचट
'मिडसमरा'च्या स्वप्नी करते, जादू तेरी नजर
नाव जयाचे जगी गाजले विल्यम शेक्सपियर

सूत्रधार : तर असा हा महाकवी, महानाटककार महाशेक्सपियर – महाचालू! म्हणतो, प्रेम प्रेम ते काय? ये तो बस नजरका धोखा है!– तुम्ही म्हणा, प्रेम हृदयात असतं... शेक्सपियर म्हणतो, ते नजरेत असतं! कधी कोणाची कोणावर नजर पडेल, जादू होईल, आणि प्रेम जन्माला येईल, हे सांगता येत नाही– तशीच त्या प्रेमाला कधी कुणाची नजर लागेल, ते पण आम्हाला नाही रे बाबा माहीत! सगळा मामला नजरेचा!– असं आम्ही नाही म्हणत! खुद्द शेक्सपियर– सगळ्या नाटककारांच्या बापाचा बाप– त्याच्या 'मिड्समर नाइट्स ड्रीम'– 'मधुरात्रीचं स्वप्न'– या नाटकामध्ये म्हणतो! आणि तो म्हणतो, म्हणून आम्हीही म्हणतो, की बस्, फक्त जादूनं नजर बदलली की जे बदलतं, ते प्रेम प्रेम म्हणजे असतं काय?

(कोरस येऊन सूत्रधाराबरोबर गाऊ-नाचू लागतो.)

सूत्रधार : हे प्रेम, प्रेम, प्रेम म्हणजे असतं काय?
जे इकडून उठतं नि तिकडे बसतं
जे कधीहि उडतं, ज्यात कुणीहि पडतं
ते इतकं हलकं न् इतकं असतं स्वस्त काय?
हे प्रेम, प्रेम, प्रेम म्हणजे असतं काय?
कुणि याच्या पाठी झुरतं, कुणि याच्यासाठी मरतं
हे गुपित– तरीही सारं जग याची गाणी गातं
हे दिसत कुणाला नाही, तरी सदा खुणावत असतं
हे म्हणे चिरंतन तरिही, अतिचंचल म्हटलं जातं
हे पैशात घोळलं, नि एसीत ठेवलं, तरीही टिकतं काय?
हे प्रेम, प्रेम, प्रेम म्हणजे असतं काय?

(या गाण्याच्या निमित्ताने सगळेजण खूप नाचून घेतात. ते नाचत-गात आत जात असतानाच 'रोमँटिक' पडदा वर जातो– कट्आउट्स आत जातात. आतील दृश्य दिसते.

डॉ. पुंडलिकांचे आय-क्लिनिक. त्यातील त्यांचे कॅबिन व रिसेप्शन-एरिया, प्रामुख्याने दिसतात. रिसेप्शनमध्ये, डोळे, नजर वगैरेसंबंधीची गंमतीदार सुभाषिते, बोर्ड्स इ. टांगलेले.

वेळ संध्याकाळी उशिराची.

डॉ. पुंडलीक आपले काम आटपून घरी जाण्याची तयारी करीत आहे. तो

चाळिशीला आलेला, पण वयाच्या मानाने तरुण दिसणारा, देखणा, उमदा, सरळमार्गी डॉक्टर.

रिसेप्शनमध्ये, डॉक्टरांचा रिसेप्शनिस्ट-कम-असिस्टंट-कम-हरकाम्या-कम-मित्र प्रकाश उर्फ पक्या. वयाने डॉक्टरच्या बरोबरीचा. पण अधिक प्रौढ वाटणारा. स्वभावाने गंमत्या. चेहेऱ्यावर गोडवा. केस किंचित करडे. पोशाख कायम मोकळा-ढाकळा, झब्बा-लेंगा असा.

पक्या, एका भारदस्त, मध्यमवयीन अशा, संतापलेल्या गृहस्थाला कसेबसे रिसेप्शनमध्ये थांबवून, घाईघाईने डॉक्टरकडे येतो...)

पक्या : डॉ. पुंडलीक, वर्दे हरिविठ्ठल आलेयत्.

पुंडलीक : आत्ता–? क्लिनिक बंद करायची वेळ झालीये, हे स्पष्ट दिसत नाहीये का त्यांना?

पक्या : स्पष्ट दिसत असलेला माणूस आय क्लिनिकमध्ये कशाला येईल?...त्यातून, डॉक्टरकडे आले असले, तरी ते पेशंट नसावेत. म्हणून मुद्दाम उशिरा आलेयत्. भयंकर खवळलेयत्!

पुंडलीक : का? आपण काय केलं त्यांचं? *(इतका वेळ रिसेप्शनमध्ये धुमसत बसलेले हरिविठ्ठल वर्दे धडाक्याने आत शिरतात.)*

वर्दे : –आता या मुलीला काही अक्कल?

पुंडलीक : काय झालं? बसा, बसा. पहिल्यापासून सांगा.

वर्दे : मी हरिविठ्ठल वर्दे, बिल्डर अँड डेव्हलपर, वर्दे एच व्ही स्कीम. एच एस् फॉर एच एफ एस अथवा हाऊसिंग सोसायटी फॉर हायफाय सोसायटीचा प्रोप्रायटर. नवनीत माझी मुलगी. एकुलती.

पुंडलीक : ओळखतो मी तिला.

वर्दे : माझ्यानंतर सगळं तिचंच होणार!

पुंडलीक : तेही ऐकलंय्!

वर्दे : तिचं लग्न मी मंदार गर्देशी ठरवलंय्. तुमचाच विद्यार्थी!

पुंडलीक : फारसा हुषार नव्हता. पण घरचा पैसेवाला–!

वर्दे : –तेच तर! फॅमिली ऑप्टिशिअन्सची. गर्दे आय्-क्लास वाले. बाप त्याला पाली हिलवर गर्दे आय्-क्लासची ब्रँच काढून देणारेय्. नटनट्यांना लेन्सेस विकून तू-फान पैसा मिळणारेय्. म्हणून मी त्याला जावई करून घ्यायचं ठरवलं. वर्दे वेड्स गर्दे!

पुंडलीक : राइट चॉइस!

वर्दे : एन्गेजमेंटसाठी जुहू सेंटॉर बुक केलंय. कमिंग थर्सडे, सेव्हन पी.एम.

पुंडलीक : राइट प्लेस-राइट टाइम!

वर्दे : ॲडव्हान्ससुद्धा भरून टाकला. नॉन-रिफन्डेबल!

पुंडलीक : देन, देअर इज नो प्रॉब्लेम!

वर्दे : देअर इज... अ प्रॉब्लेम! नवनीत म्हणते, मी मंदारशी लग्न करणार नाही!

पुंडलीक : कां?

वर्दे : अगदी फुसकं कारण!– म्हणजे, माझं मंदार गर्देवर प्रेम नाही!

पुंडलीक : –प्रेम नाही?

वर्दे : हो ना!... मी विचारतो, हे प्रेम प्रेम म्हणजे असतं काय?

(...वर्दे बोलत राहतात. त्यांचे बोलणे पक्या त्यांच्याच पद्धतीने, पण गाण्यातून सांगतो. त्याच्या साथीला कोरस.)

पक्या +
कोरस : हे प्रेम, प्रेम, प्रेम म्हणजे असतं काय?
या आजकालच्या पोरी– फिरलीयेत त्यांची डोकी
पाहतात सिनेमे सिरियल्स– करतात अशी नौटंकी
सोडली शरम नी लाज– ठेवली न काही बाकी
शिकवती खुद्द बापाला– प्रेमाची थिअरी फुसकी
हे डोक्यात घेतलं न् हट्टाला पेटलं, यांना शोभतं काय?
हे प्रेम, प्रेम, प्रेम म्हणजे असतं काय?

पुंडलीक : *(वर्देंना)* दुसऱ्या कुणावर प्रेम आहे का तिचं?

वर्दे : नवीन सुर्वेवर!– आणि तोही तिच्यावर प्रेम करतो, म्हणे!... तोही तुमचाच विद्यार्थी आहे!

पुंडलीक : हो– पण मी असलं काही शिकवलं नाही त्याला!

वर्दे : त्याची परिस्थिती बेताची आहे! गल्लीतल्या गल्लीत दवाखाना काढायचा, तरी नाकी नऊ येतील! म्युनिसिपालिटीच्या हॉस्पिटलमध्ये नोकरी करावी लागेल! शाळांमधून पोरांच्या डोळे तपासणीसाठी–

पुंडलीक : कळलं!– पण या गरीब डॉक्टरवर कसं काय बसलं तिचं प्रेम?

वर्दे : त्यात काय कठीण आहे?

पक्या +
कोरस : तिला मारल्या असतील यानं भूलथापा वारंवार

दिल्या असतील अधूनमधून स्वस्तातील भेटी चार
गाऊन सिनेमागाणी प्रेमाचं नाटक केलं
आधीच सिधीसाधी ही सोद्याचं साधून गेलं
हे प्रेमाच्या नावानं, होणं दिवाणं, याला उपाय काय?
हे प्रेम, प्रेम, प्रेम म्हणजे असतं काय?
हे प्रेम, प्रेम, प्रेम म्हणजे– असतं काऽऽय?

(पक्या आणि कोरस, नाचत-गात निघून जातात.)

पुंडलीक : तात्पर्य, नवनीत नवीनशीच लग्न करणारेय्. आणि त्यासाठी तिला मंदारशी ठरलेली एन्गेजमेंट मोडावी लागली–

वर्दे : –तर मला चारचौघात तोंड दाखवायला जागा राहाणार नाही. मग नवनीत मला मेली, आणि मी तिला!

पुंडलीक : थांबा, थांबा– लगेच इतके टोकाला जाऊ नका–

वर्दे : –जाणार! मी तिला घरातून घालवून देणार, आणि तोंड काळं करायला सांगणार! तो नवीन जर माझ्या पैशांसाठी तिच्याशी लग्न करणार असला, तर त्याची चांगलीच फजिती होणार!

पुंडलीक : बरं– आता यात मी काय करायचं?

वर्दे : फजिती टाळायची!– त्याची नव्हे, माझी! नवनीतची समजूत घालायची!

पुंडलीक : मी–?

वर्दे : हो. तुम्ही त्यांचे फ्रेंड, प्रोफेसर, गाइड– काय म्हणाल ते आहात. त्या सगळ्यांना तुम्ही जवळचे, बरोबरीचे आणि वडीलधारेही वाटता. ते तुमचा कॉलेजमधला अधिकार लक्षात घेऊन, लग्न या विषयातला तुमचा सल्ला मानतील!

पुंडलीक : लग्न हा विषय कॉलेजात नव्हता. निदान परीक्षेला नव्हता. त्यातून मी काय देणार सल्ला? मी स्वत:च अजून लग्न केलेलं नाही!

वर्दे : –कारण तुम्हाला लग्न म्हणजे काय ते कळतं! तेव्हा तुम्ही नवनीतशी बोलायचं, तिनं जमवलेलं लग्न मोडायचं, आणि मी ठरवलेलं लग्न जमवायचं! नाहीतर माझी बेअब्रू, आणि मी जुहू सेंटॉरला भरलेला ॲडव्हान्स पाण्यात!

पुंडलीक : –आणि नवनीतनं माझं नाही ऐकलं तर–

वर्दे : –तर ती मला मेली न् मी तिला–

पुंडलीक : तुम्ही तरी इतक्या टोकाला–

वर्दे : *(ओरडून)* जाणाऽर! मी टोकाला जाणार, म्हणजे जाणार!
(तावातावाने जातात.)

पुंडलीक : प्रॉब्लेम! नवनीतनं मंदारशी लग्न नाही केलं, तर बाप तिला मरणार न् ती बापाला मरणार– आणि केलं, तर ती नवीनला मरणार न् नवीन तिला मरणार! तिचं जर मंदारवर प्रेम नसेल, तर मनाविरुद्ध संसार करताना ती दोघंही मरणार!... एकूण या प्रेमाच्या भानगडीत बरेच लोक एकमेकांना मरणार!– शिवाय एकत्र आणि सुटेसुटेही मरणार!
(रिसेप्शनमध्ये बसलेल्या पक्याकडे नवीन व नवनीत येतात.)

नवनीत : डॅडी येऊन गेले इथं?

पक्या : हो– खूप भडकले होते! एकसारखे नॅपकिननं घाम पुसत होते!

नवनीत : म्हणत काय होते पण?

पक्या : ते मला काय माहीत? मी काय चोरून ऐकतो? पण जाताना काहीतरी, मी मेलो, ती मेली, म्हणत होते!

नवनीत : –म्हणजे मनाची तयारी झाली तर, त्यांच्या?

पक्या : ते तुम्हीच विचारा जाऊन डॉक्टरांना. पण फार वेळ नका घेऊ. कधीचे घरी निघालेयत ते!

नवीन : आमचं पाचच मिनिटांचं काम आहे– सरांना आमच्या प्रेमाच्या बाजूला वळवायचं!

पक्या : हे पाच मिनिटात होणार? जन्मभरात झालं, तरी पुष्कळ!– डॉक्टरांना प्रेमाबिमातलं काही कळत नाही हो! 'आँखे चार होना' म्हणजे त्यांना मल्टिपल इमेज सिन्ड्रोम वाटतो!

नवीन : बघूया– प्रयत्न तर करतो!

पक्या : देव तुमचं भलं करो!– आणि जमल्यास डॉक्टरांचंही!
(नवीन-नवनीत पुंडलीककडे येतात.)

नवीन : गुड इव्हिनिंग, सर!

नवनीत : डॅडींनी सगळं सांगितलंच आहे तुम्हाला!

पुंडलीक : मला वाटतं नवनीत, तू ऐकावंस डॅडींचं... एक, त्यांनी तुला लहानाचं मोठं केलं!

नवनीत : नाही तर काय मी कायम लहानच राहणार होते?

पुंडलीक : दोन,– तुझी प्रत्येक इच्छा पुरी केली!

नवनीत : मग हीच इच्छा का नाही पुरी करत ते?

पुंडलीक : कारण त्यांना मंदार आवडतो!

नवनीत : मग त्यांनीच करावं त्याच्याशी लग्न! मला कशाला त्रास?

पुंडलीक : तीन, तू जरा डॅडींच्या नजरेतून बघावंस! आत्ता मला सगळीच्या सगळी आठवत नाहीत. पण चांगली सातेक कारणं आहेत, तू त्यांचं ऐकावंस, याला!

नवनीत : ती सगळी सातीच्या साती कारणं सिनेमातला, हिरॉइनचा बाप तिला देतो–

पुंडलीक : –आणि त्यावर प्रत्येक सिनेमातली हिरॉइन म्हणते की, काय करणार? आम्ही आता करून बसलोत प्यार!

(गातो. कोरस येतो. साथ देतो, नाचतो.)

कोरस : प्यार प्यार प्यार प्यार प्यार...

पुंडलीक : होतं काय की मुळात, प्रेम कशाशी खातात
हे, ठाऊक नसता तुम्ही पोरी, खुशाल पडता प्रेमात
रगाईलवरती, स्टाईलवरती, करता जीव बेजार
आणि म्हणता, आम्ही आता, करून बसलोत प्यार!

कोरस : करून बसलोत प्यार! करून बसलोत प्यार!

नवनीत : असं काय हो डॉक्टर– नवीन किती चांगला आहे.
त्यातून त्याचं माझ्यावर, माझंदेखील त्याच्यावर
प्रेमच प्रेम आहे!

नवीन : नवनीतसारखी मुलगी, माझं भाग्य म्हणून भेटली.
त्यातून तिची माझ्यावर, माझीदेखील तिच्यावर
प्रीतीच आहे जडली!

दोघे : दुनिया की कोई ताकद
आम्हाला ना किसीभी वख्त
वेगळं करू शकणार!
कारण आम्ही डॉक्टर– प्यारे प्यारे डॉक्टर–
करून बसलोत प्यार!

कोरस : करून बसलोत प्यार! करून बसलोत प्यार!

पुंडलीक : प्यार बुरी आफत है– मेरे दोस्तों
जन्माची ही करून टाकते, छुट्टी दोस्तों
फसगत येता ध्यानी, माणूस, घळाघळा रडतो
मागे उरते घोर निराशा, आजच करा विचार

दोघे : आम्ही आहोत कशालाही, तोंड द्याया तय्यार

कारण आम्ही डॉक्टर– प्यारे प्यारे डॉक्टर–
करून बसलोत प्यार!

कोरस : करून बसलोत प्यार! करून बसलोत प्यार!

नवनीत : डॉक्टर– डॅडींनी तुम्हाला पुरतंच गुंडाळून टाकलंय्. आम्ही इथं आलो होतो, ते या पेचप्रसंगातही प्रेम कसं करावं, हे ऐकण्यासाठी. तर तुम्ही आम्हाला लेक्चर दिलंत, प्रेम कां करू नये, यावर!

पुंडलीक : छान! डॅडींचं ऐका म्हटलं, म्हणून तुम्ही दुरावणार, आणि तुम्हाला पटवू शकलो नाही, म्हणून डॅडी वैतागणार! माझा काहीच दोष नसताना मला दोन्हीकडून थपडा!

नवीन : सॉरी सर! आम्ही विचार करतो, तुम्ही सांगितलंत त्यावर!

पुंडलीक : *(हुशारून)* कराल ना? नक्की करा! आणि शक्यतो, नकाच करू– लग्न! म्हणजे करा– पण एकमेकांशी नको!

नवनीत : हा तुमचा फायनल सल्ला समजायचा डॉक्टर?

पुंडलीक : लास्ट अँड फायनल! तुम्ही विचार करा, आणि तुमचा निर्णय मला ताबडतोब कळवा– ओके? गुड नाइट!

दोघे : *(पडेल आवाजात)* गुड नाइट ! *(जातात.)*

पुंडलीक : हुश!– सुटलो एकदाचा, एका कठीण कामगिरीतून!
(बाटलीतून लिमलेटच्या गोळ्या काढून तोंडात टाकतो. पक्या येतो.)

पक्या : बिचाऱ्यांचे चेहरे असे पडले होते!

पुंडलीक : –मग द्यायचेस उचलून!

पक्या : काही वाटायला हवं होतं डॉक्टर तुम्हाला– त्या प्रेमिकांचा आनंद हिरावून घेताना!

पुंडलीक : *(बिनधास्तपणाचा आव आणत)* मला काय– तिच्या डॅडींनी दिलेलं काम मी चोख पार पाडलं!

पक्या : –ते मुळात स्वत:ला पटलेलं नसताना!

पुंडलीक : *(चपापून)* असं कां वाटलं तुला?

पक्या : सरळ आहे– तुमच्यासारखा तरुण, देखणा, बुद्धिमान माणूस, प्रेमाच्या विरोधात असूच शकत नाही!

पुंडलीक : तरीसुद्धा मी त्या मानानं चांगली आर्ग्युमेंट्स केली हां!– अर्थात् ती काही फारशी ओरिजिनल नव्हती! खरं म्हणजे बरीचशी घिसीपिटीच होती... नंतर हायहाय कराल– व्यवहाराचा विचार करा– प्रेम म्हणजे मूर्खपणा– वगैर वगैरे. वडीलधाऱ्यांची मतं–

पक्या : –म्हाताऱ्यांची!

पुंडलीक : पुस्तकातले विचार–

पक्या : –अयशस्वी प्रेमिकांचे!

पुंडलीक : किंवा पाहिलेले उद्‌ध्वस्त संसार–

पक्या : प्रेमबाह्य कारणांनी मोडलेले!

पुंडलीक : –या सगळ्यांच्या आधारानं, बोलून टाकलं काहीतरी!

पक्या : कां? आधार कशाला लागला?

पुंडलीक : नाही तर? मला स्वत:ला अनुभव कुठाय् प्रेमाचा? *(लिमलेट खातो.)*

पक्या : कां नाही पण अनुभव?– कां नाही? *(वैतागून)* लिमलेट खाणं बंद करा! त्यापेक्षा पूर्वी सिगरेट ओढत होता, ते बरं! पण लिमलेटचं व्यसन– तुम्ही काय स्वत:ला लहान समजता?

पुंडलीक : –लिमलेट खायला?

पक्या : नाही– प्रेमात पडायला!

पुंडलीक : आपण त्या दोघांच्या प्रेमाविषयी बोलतोय्!

पक्या : मी तुमच्या प्रेमाविषयी बोलतोय्!

पुंडलीक : म्हणजे–? तुझं म्हणणं... मी प्रेमात पडावं? ॲक्च्युअली– फॉल इन लव्ह?

पक्या : शुअर. तेच नॉर्मल होईल!

पुंडलीक : पण कोणाच्या प्रेमात?

पक्या : कां?– तुम्हाला आजूबाजूची माणसं दिसतात ना?

पुंडलीक : –दिसली, म्हणजे काय त्यांच्या प्रेमात पडायचं?

पक्या : –काय हरकत आहे? आता बघा, त्या डॉक्टर पूर्वा पुरंदरे, स्त्रीरोगतज्ज्ञ– त्या तुमच्यासमोर नटून थटून क्लिनिक थाटून बसल्याय्त– तरी तुम्हाला त्यांच्या प्रेमात पडायचं सुचत नाही!

पुंडलीक : हॅ– काहीतरीच काय? पूर्वा–?... हांऽ पूर्वा! पूर्वा म्हणालास तू?

पक्या : तुम्ही त्यांच्या प्रेमात पडावं, म्हणून तर त्या नेहमी काही ना काही निमित्त काढून इथं येतात!

पुंडलीक : निमित्त–? भांडण काढून म्हण!

पक्या : अहो तीच तर प्रेमाची गंमत आहे! आत्ताआत्ताच मी एक नाटक पाहिलं! त्यात असाच तुमच्यासारखा एक डॉक्टर असतो– आणि त्याची एक असिस्टंट असते! डॉक्टर दिसला रे दिसला, की ती त्याच्या अंगावर नुसती वसावसा ओरडते!... तरी त्याला कळत नाही, की हिचं आपल्यावर प्रेम आहे!

पुंडलीक : साहजिक आहे! ती ओरडते ना?– पण... कां बरं... ओरडते ती?

पक्या : त्यानं आपल्या भावना ओळखाव्यात, म्हणून!

पुंडलीक : असं?– मी आत्ताआत्ताच एक फिल्म पाहिली. त्यातला डॉक्टर आपल्या हाताखालच्या नर्सच्या भावना ओळखायला जातो– तर ती त्याच्यावर सरळ सेक्शुअल हरॅसमेंटची केस करते!

पक्या : मला नाही वाटत पूर्वा मॅडम अशी केस करतीलसं!

पुंडलीक : कशाला करतील? मी त्यांच्या वाटेलाच जात नाही ना?

पक्या : –पण तुम्ही वाटेला जात नाही, म्हणूनच चिडून त्यांनी काही केलं तर?

पुंडलीक : बाप रे– असं देखील होईल?

पक्या : –तर! प्रेमात काय वाट्टेल ते होतं!

पुंडलीक : पण पक्या– तुला असं का वाटतं, की पूर्वा– आपलं, पूर्वा मॅडम– आपलं, डॉक्टर पुरंदरे माझ्या प्रेमात पडल्यायत्?

पक्या : नजर–! मॅडमची तुमच्याकडे पाहतानाची नजर!– नुसती ती नजर पाहिलीत, तरी सहज कळेल, की त्या तुमच्या प्रेमात पार बुडाल्यायत्– निदान, गटांगळ्या तरी खाताहेत!

पुंडलीक : काय सांगतोस?– नुसते डोळे बघून प्रेम कळतं?

पक्या : सगळ्यांना कळतं! आणि तुमच्यासारख्या डोळ्यांच्या डॉक्टरला कळू नये? आता मॅडम येतील, तेव्हा त्यांची नजर तपासा! घ्या– त्याच आल्या!

(पूर्वा तावातावाने आत येते. पस्तिशीची. स्मार्ट.)

पक्या : *(पूर्वाला)* गुड इव्हनिंग. डॉक्टर निघालेच होते घरी जायला. पण तुमच्यासाठी मुद्दाम थांबलेयत्.

पूर्वा : चमचेगिरी करू नका. मी येणार, असं त्यांना कुणी सांगितलं?

पक्या : मी!

पुंडलीक : तो म्हणत होता, तुमची नजर– *(आवंढा गिळून)* एकदा तपासायला हवी!

पूर्वा : कशाला? माझ्या नजरेला काहीसुद्धा झालेलं नाही!– अगदी साफ आहे ती!

पुंडलीक : तरी पण– एकदा तपासून घेतलेलं बरं... असं मला डोळ्यांचा डॉक्टर म्हणून–

पूर्वा : डोळे तपासून घ्यायला मी पुन्हा कधीतरी येईन, सवडीनं.

पक्या : *(पुंडलीकला, हलकेच)* मी काय सांगितलं होतं?... पुन्हा सवडीनं

येणारेय्‌त!

पूर्वा : काय कुजबुजताय्‌?

पक्या : छे– कुठं काय?

पूर्वा : *(पक्याला)* तुम्ही आधी इथं थांबलायच का? मी आणि डॉक्टर पुंडलीक यांच्यातलं संभाषण पूर्णपणे खाजगी आहे!

पक्या : *(पुन्हा, कुजबुजून पुंडलीकला)* काय सांगितलं होतं? खाजगी... खाजगी अंऽ माझा व्यत्यय होतोय्‌!... मी जातो रे बाबा!

पूर्वा : पुन्हा कुजबुजताय्‌. व्हेरी बॅड मॅनर्स!... निघा–

पक्या : गेलोच! डॉक्टर– नंतर बोलू! (जातो.)

पूर्वा : *(संशयाने)* नंतर काय बोलणार आहात?

पुंडलीक : पूर्णपणे खाजगी!

पूर्वा : माझ्याविषयी?

पुंडलीक : *(गडबडून)* छे छे– तुमच्याविषयी काही नाही! जनरल. प्रेम वगैरे... असं!

पूर्वा : प्रेमाविषयी?– रिसेप्शनिस्टशी?

पुंडलीक : तसा तो माझा नुसता रिसेप्शनिस्ट नाही. जवळचा मित्रही आहे!

पूर्वा : सांभाळा असल्या मित्रापासून! महाप्रतापी आहे तो!

पुंडलीक : कशावरून?

पूर्वा : त्याचं लग्न झालंय्‌. राइट–?

पुंडलीक : दोन मुलं आहेत!

पूर्वा : तरी या तुमच्या मित्राला, आमच्याकडे एक नर्स आहे चंद्रकला म्हणून– तिच्यात इंटरेस्ट! तीच सांगते मला याचे एकेक उद्योग!

पुंडलीक : चंद्रकला, काय?... तरीच हा मला सांगतो तुमचे एकेक–

पूर्वा : *(चमकून)* काय सांगतो?

पुंडलीक : विशेष काही नाही. मघा नाही का तुमच्या नजरेविषयी– तसलं काहीतरी!... पण माणूस चांगला आहे! मला नाही त्याचं वागणं गैर वाटत!

पूर्वा : तुम्हाला कशाला गैर वाटेल?... तुम्ही सगळे पुरुष सारखेच!

पुंडलीक : पुरुषांना त्यांच्या तोंडावर शिव्या देणं, हे स्त्रीवादी असलं, तरी सभ्यपणाचं नाही!

पूर्वा : ओ गॉड!– तुम्ही मला सभ्यपणा शिकवताय्‌? माझ्या असिस्टंटवर डोळा ठेवून?

पुंडलीक : तुमच्या असिस्टंटवर डोळा?– मी ठेवला?

पूर्वा : मग? मिस स्मृती पर्रीकरला कोणी जॉब ऑफर केला? तुम्हीच ना? मी देते, त्यापेक्षा अधिक पगार देऊन?

पुंडलीक : –त्याशिवाय ती तुमच्याकडची नोकरी कशी सोडेल?

पूर्वा : सोडणार नाही!– कितीही पगार दिलात तरी!... ऐकताय् ना? कुठं बघताय तुम्ही?... माझ्या चेहेऱ्याकडे काय असे रोखून पाहताय्?

पुंडलीक : तुमची नजर... काहीतरी आहे तिच्यात!

पूर्वा : फाजिलपणा करू नका! मी सांगतेय् स्मृती पर्रीकरबद्दल... तुम्हाला माहीतेय्? तिची आई माझी सख्खी मैत्रीण!...वारली बिचारी हिला जन्म देतानाच!... आजी आजोबांनी सांभाळलं हिला, आणि आता माझ्याकडे पाठवलं!– माझ्या मैत्रिणीची स्मृती– स्मृती पर्रीकर!... आणि तिला मी तुमच्यासारख्या दुष्ट लांडग्यांकडे पाठवू?

पुंडलीक : दुष्ट लांडगे कुणाला म्हणालात?... आम्ही केवळ त्या मुलीचं काम चांगलं आहे म्हणून–

पूर्वा : चांगलं काम करणाऱ्या मुलींना तुम्ही कधी वाईट कामाला लावाल, याचा नेम नाही!

पुंडलीक : वाटेल ते आरोप करताय् तुम्ही माझ्यावर!

पूर्वा : ते पोकळ नाहीत. वयाच्या चाळिशीपर्यंत लग्नाशिवाय राहिलेली माणसं जेव्हा कोवळ्या सुंदर मुलींना जास्त पैसे देऊन आपल्याकडे बोलावतात, तेव्हा–

पुंडलीक : आता एक अक्षर जास्त बोललात, तर तुमच्यावर अब्रूनुकसानीची– *(बोलता बोलता थांबतो.)*

पूर्वा : बोला ना! एकदम गप्प का झालात?

(तो भान हरपल्याप्रमाणे तिच्याकडे रोखून पाहत तिच्या दिशेने पुढे होतो. ती बावरून मागे मागे सरते...)

पूर्वा : माझ्याकडे काय पाहताय् असे?... बाई गऽ तुमचा विचार तरी काय आहे?

पुंडलीक : माझा विचार?– आता मात्र तुम्ही सरळसरळ माझ्या चारित्र्यावर–

पूर्वा : मग... मग असे डोळ्यात कां बघताय माझ्या?

पुंडलीक : सवय– पेशंटच्या डोळ्यात बघण्याची!... काहीतरी– आहे तिथं!

पूर्वा : *(बावचळून)* कुठं?

पुंडलीक : *(तंद्रीत, तिच्या अगदी जवळ जाऊन)* इन आँखोंका रंग हो गया गुलाबी गुलाबी–

पूर्वा : *(घाबरून)* गुलाबी झालेयृत माझे डोळे?

पुंडलीक : कशाचा बरं हा रंग असेल?

पूर्वा : बहुधा कन्जेक्टिव्हायटिसचा... साथ आहे का डोळ्यांची?

पुंडलीक : *(तंद्रीत)* हो... साथ साथ राहण्याची... *(तिला जवळजवळ जवळ घेऊन, वाकून तिच्या डोळ्यात पाहू लागतो.)* गुलाबी– विनंती... या डोळ्यात...

पूर्वा : *(किंचाळून त्याला दूर करीत)* डॉक्टर, हे काय चालवलंय् तुम्ही?

पुंडलीक : पळा– नाहीतर मी कधी ती विनंती स्वीकारीन– याचा नेम नाही... निघून जा तुम्ही... लौकर जा... पळा...

पूर्वा : जातेच. डोळे तपासून घ्यायला– नंतर येईन सवडीनं... बाप रे! डॉक्टर, आपण इतक्यांदा भेटलो, पण तुम्ही इतके डेन्जरस असाल, असं मला कधीच वाटलं नव्हतं. मोस्ट एक्सायटिंगली डेन्जरस!– आता तर त्या पोरीला मी कधीच पाठवायची नाही इथं!... माझ्याकडे येणाऱ्या वाट चुकलेल्या स्त्रियांच्या केसीसमध्ये आणखी एकीची भर नाही घालायची मला! *(ताडताड निघून जाते.)*

(जोरकस वाद्यमेळ. मग तो गाऊ लागतो...)

पुंडलीक : जा– जा पण– अशी सुटायची नाहीस हातून
यापुढं आपली भेट– पुन्हा पुन्हा आपली भेट
आहे दैवाच्याच मनातून!
(पक्या हलकेच येऊन, गालातल्या गालात हसत, ऐकत उभा.)
तुझा चेहेरा गोरा धोरा– त्यावरती तांबूस तोरा
हा अस्सल राग खरा ना? की होता नुसता नखरा?
तू बोलत होतीस एक– दुसरेच म्हणाली दृष्टी
कसं समजावं पुरुषानं– काय मनात काय वरवरती

पक्या : मी म्हटलं होतं तुम्हा– ती भांडत करते प्रीती
साक्षात घेऊनी अनुभव– आता तरी आली प्रचीती?

पुंडलीक : या चांडाळानं भलतंच, काही भरवलं मनात माझ्या
माझा केला बकरा पुरता, ना करता गाजावाजा
तू मला म्हणालीस दुष्ट– लांडगा– पुरुष... काय काय

पक्या : तरी नजर म्हणाली असणार– कशी जगू मी तुम्हाशिवाय?

पुंडलीक : तू बोल काहीही आता, मी नसेन शुद्धीवर
मी झपाटून गेलोय ग करि जादू तेरी नजर!

दोघे : जादू तेरी नजरऽ करि जादू तेरी नजर!

(गाणे संपताच पुंडलीक लिमलेट तोंडात टाकतो.)

पक्या : मी सांगायला आलो होतो– की बाहेर नवीन आणि नवनीत आलेयूत. परत एकदा!

(नवीन आणि नवनीत आत येतात.)

पक्या : डॉक्टरना जरा झटका आला होता!– आता बरे आहेत! *(जातो.)*

नवीन : *(दुःखाने)* सर– आमचा निर्णय कळवायला आलो...

नवनीत : *(कष्टाने)* तुम्ही आमचे फ्रेंड, प्रोफेसर, गाइड... तुमच्या सांगण्याबाहेर जायचं नाही, असं आम्ही ठरवलंय्. *(डोळे टिपते.)*

नवीन : आम्ही ठरवलंय् की एकमेकांना कायमचं विसरायचं–

नवनीत : –आणि मी मंदारशी लग्न करायचं! *(रुमालाने नाक पुसते.)*

दोघे : असंच समजायचं– की प्रेमबिम झूठ आहे! *(नवनीतचे हुंदके.)*

पुंडलीक : काय म्हणालात?– प्रेमबिम झूठ आहे?... गद्धे आहात तुम्ही! मूर्ख– बावळट–

दोघे : *(आश्चर्याने)* सर–?

पुंडलीक : मी काय वाट्टेल तो सल्ला देईन! म्हणून तुम्ही आपलं प्रेम विसरून जाल?... आं? चालेल कसं प्रेम विसरून?– तुम्हाला ठाऊक नाही? आजकाल संगणकाच्या खालोखाल, प्रेम हीच जग चालवणारी शक्ती आहे!

नवीन : पण आत्ताच तर तुम्ही–

पुंडलीक : –तुम्हाला प्रेम विसरण्याचा सल्ला दिला!– होय ना?... पण वेळीच माझी चूक माझ्या लक्षात आली! आता मी डॅडींच्या पक्षात नाही. तुमच्या पक्षात आहे!

(ती दोघे आरडून ओरडून, एकमेकांना टाळ्या देऊन आनंद व्यक्त करतात.)

दोघे : थँक यू सर– थँक यू, थँक यू व्हेरी मच!

नवनीत : तुम्ही आमच्याबरोबर असल्यावर आता आम्ही कुणाच्या बापाला घाबरत नाही!

नवीन : पण एकाएकी तुमचं मत बदललं कसं? कशानं झाला हा चमत्कार?

पुंडलीक : कोण जाणे कशानं, पण मला एकदम प्रेमाची महती पटली! प्रेमाची एक प्रचंड लाट अचानक माझ्या अंगावर चालून आली, आणि मी चिंब भिजून गेलो! वाटतंय्, आता माझ्या हातात जबरदस्त शक्ती आलीये! त्या शक्तीनं मी काहीही करू शकेन!

नवीन : सध्या त्या शक्तीनं फक्त आमचा प्रश्न सोडवा...

पुंडलीक : येस– व्हाय नॉट? चुटकीसरशी सोडवतो... पहिली गोष्ट म्हणजे तुम्ही पळून जा–

नवनीत : पळून जाऊ?– कुठं?

पुंडलीक : *(विचारात पडून)* कुठंऽ... हां– मांडव्याला माझं फार्म हाऊस आहे! 'स्वीट होम'!– तिथं जा. मीही जाणारेय् उद्या तिथंच. एकत्र गेलो असतो– पण मला तुम्हा दोघांच्या पळून जाण्यातला थ्रिल काढून घ्यायचा नाहीये!

नवनीत : थँक यू सर!

पुंडलीक : यू आर वेलकम. परवा अलिबागला जाऊन वैदिक पद्धतीनं तुमचं लग्न लावून टाकू. *(ड्रॉवरमधून, लिमलेटच्या गोळ्या काढून देतो.)* घ्या– तोंड गोड करा!

नवनीत : हाऊ थ्रिलिंग! इतकी मजा येतेय्–!

पुंडलीक : लग्न झालं, की तिथून ताबडतोब हनिमूनला पळा. अंबोली घाटात चांगला रिसॉर्ट आहे– सिंधुदुर्गात भटांचं हनीमून हॉटेल आहे... गोव्याला बीच रिसॉर्ट्स आहेत. पंधरावीस दिवस मुंबईत फिरकूच नका–

नवनीत : आणि डॅडींचं काय?

पुंडलीक : ते खवळून माझ्याकडे धावत येतील. नवीनची मम्मीदेखील मोर्चा घेऊन येईल. मी त्यांना सरळ सांगेन, की पैसा आणि प्रेम यांच्या सनातन संघर्षात, अखेर प्रेम जिंकलं! असं म्हणून लालाराम लंबोदरकडचे केशरी पेढे त्यांच्या हातावर ठेवीन. बोला– आणखी काय करू?

नवीन : एकच करा–

पुंडलीक : बोल–

नवीन : सांगितलं तर नक्की कराल?

पुंडलीक : आधी सांग तर खरंऽ

नवीन : तुम्ही स्वत:च लौकरात लौकर प्रेमविवाह करा–

पुंडलीक : *(खोट्या रागाने हात उगारून)* होता की नाही चालते? गेट आउट– गेट आउट ऑफ द क्लास!

(त्यांना चुकवून नवीन आणि नवनीत पुढे येतात. त्यांच्या पाठीमागे 'रोमँटिक' पडदा खाली येतो.)

■

१/२ :

('रोमँटिक' पडद्यापुढे, नवीन आणि नवनीत.)

नवीन : नवी डार्लिंग– असं अचानक पळून जाऊन लग्न करायचं, याची तुला भीती नाही ना वाटत?

नवनीत : बिलकुल नाही. तुला वाटतेय्?

नवीन : अजिबात नाही. फक्त, छातीत लहानलहान भुंगे फडफडल्यासारखं होतंय्– आणि डोळ्यांपुढे चारपाच काजवे अधूनमधून चमकताहेत...

नवनीत : विसर ते भुंगे आणि काजवे!... माझ्या मनात फुलपाखरं उडायला लागलीयेत! पण तू खात्रीनं येशील ना मांडव्याच्या बोटीत बसण्यासाठी?

नवीन : उद्या दुपारी! गेटवे ऑफ इंडियाजवळ–

नवनीत : बरोबर चार वाजता.

(कोरस येतो.)

नवीन : अंगात घेउनी बिजली, हृदयात वादळे भरली
भेटेन उद्या मी राणी, त्या भव्य कमानीखाली

नौकेची सागर घेता ग लाख चुंबने ओली
तू उगाच लाजुन बोल नि:शब्द मुक्याची बोली
मी तुला विचारीन का ग ना येशी क्षणभर जवळी
भेटेन उद्या मी राणी, त्या भव्य कमानीखाली

नवनीत : डोळ्यात लावुनी दिवली, ओठात गुंजने भोळी
भेटेन उद्या मी राजा, त्या भव्य कमानीखाली

सुरूबनात अलगद विणुदे चांदणे रुपेरी जाळी
एकांत होऊदे गर्द, पांघरू धुक्याच्या शाली
मी म्हणेन तुज, ही घटिका मज स्वप्नी होती दिसली
भेटेन उद्या मी राजा, त्या भव्य कमानीखाली

नवीन : अंगात घेऊनी बिजली, हृदयात वादळे भरली

नवनीत : डोळ्यात लावुनी दिवली, ओठात गुंजने भोळी

दोघे : भेटेन उद्या मी राणी/राजा त्या भव्य कमानीखाली
त्या भव्य कमानीखाली...

(नवीन व कोरस जातात... नवनीत दुसऱ्या दिशेने जाऊ लागते. एवढ्यात त्याच दिशेने डॉ. पुंडलिकांची बहीण मंजूषा येते. ही नवनीतच्या बरोबरीची, पण अधिक मनमोकळी व उत्स्फूर्त.)

मंजूषा : *(दु:खाने)* कॉन्ग्रॅच्युलेशन्स नवनीत– फॉर युवर एन्गेजमेंट टू मंदार!

नवनीत : थँक्स, पण ती बातमी जुनी झाली. एंगेजमेंट कॅन्सल्ड, मंदार आउट!

मंजूषा : असं?– पण नवीन बातमी काय?

नवनीत : *(हसून)* नवीन–?... नवीन! मी नवीनबरोबर लग्न करणारेय्!

मंजूषा : माझ्या समाधानासाठी सांगतेय्स?

नवनीत : तुझं समाधान तेच माझंही. तू खुशाल कर मंदारशी लग्न!

मंजूषा : मी ढीग करीन ग लग्न!– त्यानं केलं पाहिजे ना? तो तर माझ्याकडे ढुंकूनसुद्धा पाहत नाही!... आधी मला कधी भेटत नाही– पण भेटला तरी तुझंच गुणवर्णन करीत राहतो!... नवनीत अशी, न् नवनीत तशी! एवढी काय ग जादू केलीयेस त्याच्यावर?

नवनीत : मी?– आणि त्याच्यावर जादू?... उलट मी त्याला हज्जारदा सांगितलंय्, की मला तुझं तोंडसुद्धा बघायचं नाहीये!

मंजूषा : आणि मी वेडी– त्याचा मुखचंद्र दिसावा, म्हणून चातकासारखी वाट बघत बसते!

नवनीत : चातक नाही ग– चकोर!

मंजूषा : कुठल्या का पक्ष्यासारखी असेना, मी वाट पाहाते. पण तू समोर असताना तो कशाला येणारेय् माझ्याकडे?

नवनीत : त्याच्या चालूपणाचं खापर माझ्यावर नको फोडू.

मंजूषा : नको कसं? तू श्रीमंत बिल्डरची एकुलती एक मुलगी– दिसायला सुंदर! मी सामान्य रूपाची सामान्य मुलगी! सामान्य डॉक्टर पुंडलिकांची सामान्य धाकटी बहीण!

नवनीत : काही का असेना– आता माझं लग्नच झालं म्हटल्यावर, झक्कत येतो की नाही बघ तो तुझ्याकडे!– कान पाडून आणि शेपूट हलवीत! किती दिवस माझ्या मागे मागे फिरणार तो? *(हसतहसत जाते.)*

मंजूषा : म्हणे किती दिवस माझ्या मागे मागे-! एवढी काही स्वतःला ग्रेट समजू नकोस! माझ्या त्या नतद्रष्ट मंदारनं तुला भाव दिला, म्हणून तू स्वतःला मिस् युनिव्हर्स समजायला लागलीस!... उद्या मंदार माझ्यावर प्रेम करायला लागला, तर मीदेखील मॅडोना नाहीतर कमीत कमी ऐश्वर्या राय होईन!.. समजलीयेस काय? कोणीतरी प्रेम करायला लागलं, की माणसाला प्रतिष्ठा येते!- नाहीतर त्याची किंमत कचरा!... एकाच गोष्टीसाठी तुझे उपकार मानायला हवेत!- ती एंगेजमेंट मोडल्याबद्दल!... आता मला नवीन उमेद आली!... बघतेच आता मंदार कसा मिळत नाही ते! आता एकच विचार- मंदार आणि मंदार! आता एकच निर्धार- मिळवायचाच मंदार! *(आवेगाने जाते.)*

('रोमँटिक' पडदा वर जातो, आणि त्यामागचे दृश्य दिसू लागते...)

■

१/३ :

मांडवा येथील, डॉ. पुंडलिकांच्या 'स्वीट होम' या फार्महाऊसचा हॉल. एका बाजूला बाहेरचे दार. दुसरीकडे, किंवा मध्यावर, आतल्या खोल्यांकडे उघडणारे दार. पाठीमागच्या बाजूलाही बंगल्यात येण्यासाठी एखादे दार असावे. वरच्या खोल्यांकडे जाणारा जिना. मोठ्या पिक्चर विंडोमधून दिसणारे सुरूचे बन.

डॉ. पुंडलीक आणि पक्या आत येतात. पुंडलीकच्या अंगावर क्लिनिकमध्ये घालावयाच्या कपड्यांपेक्षा अधिक 'मॉड' पोशाख. दोघांकडे, जुजबी सामान.

बंगल्यात शिरताक्षणी त्यांच्या कानावर भयपटातील एका आर्त गीताचा आलाप– आलाप कसला, किंचाळीच पडते. पक्या दचकतो.

पक्या : डॉक्टर– ऐकलंत?

पुंडलीक : हो– कुणीतरी रेडिओ नाहीतर टीव्ही लावलाय्.

पक्या : इथं कोण लावणार रेडिओ नाहीतर टीव्ही?– तुमच्या या 'स्वीट होम' पासून मैलभराच्या टापूत दुसरा बंगला नाही!

पुंडलीक : बरं मग याच बंगल्यात लावला असेल!

पक्या : *(हैराण)* या बंगल्यात कसा असेल? शांततेच्या कारणासाठी तुम्हीच इथं रेडिओ, टीव्ही असलं माणसाला बिघडवणारं– आपलं मन:शांती बिघडवणारं काही ठेवलेलं नाहीये ना?

पुंडलीक : मग? तुला म्हणायचंय् काय? कोणी भूतपिशाच्च–

(केस मोकळे सोडलेली, पांढरीशुभ्र साडी-ब्लाऊज घातलेली एक तरुणी जिना उतरतेय्. आपल्याच तंद्रीत गातेय्. 'नैना बरसे रिमझिम रिमझिम– पिया तोरे आवनकी आआआ– आस'...)

पक्या : *(घाबरून)* बाप रे– डॉक्टर– तिकडे बघा...

पुंडलीक : घाबरायला काय झालं?– आपली मंजू आहे ती!

पक्या : मग असा काय अवतार केलाय्–सिनेमातल्या भुतासारखा?

पुंडलीक : मंजू– तब्येत बरी आहे ना तुझी?

मंजूषा : *(कडवटपणे)* हो– जिवंत आहे मी अजून!

पुंडलीक : *(पक्याला)* पटली खात्री?

पक्या : हो. तुम्ही भाऊबहीण बसा बोलत. मी सामान नेऊन ठेवतो. *(सामान उचलून, निघून जातो.)*

पुंडलीक : –कधी आलीस?

मंजूषा : सकाळीच. म्हटलं, तू इथंच शांतपणे भेटशील!

पुंडलीक : मदत हवी असेल माझी, नवीन भानगडीमध्ये!

मंजूषा : तुला कसं कळलं? *(मग सावरून)* तू याच पद्धतीनं बोलणार असलास, तर मी तुला काही सांगणारच नाही!

पुंडलीक : नको सांगूस... तुझ्या लेटेस्ट हिरोचं नाव तेवढं सांगून टाक, म्हणजे झालं!

मंजूषा : *(उसळून)* तुला कोणी सांगितलं मी एखाद्या हिरोसाठी– *(थांबून)* मंदार!

पुंडलीक : मंदाऽर? ओ माय गॉड!... पण त्याची तर नवनीतशी ठरलेली एंगेजमेंट मोडतेय्– म्हणजे तुझी लाइन क्लियर!

मंजूषा : तरी पण अजून त्याची लाइन आहेच ना नवनीतवर?

पुंडलीक : असला दुसरीवर लाइन मारणारा तिरंदाज तुला हवाय कशाला?

मंजूषा : कारण तो कसाही असला, तरी माझं त्याच्यावर–

पुंडलीक : –प्रेम आहे! भलती रिडिक्युलस गोष्ट आहे, तुझं प्रेम म्हणजे! आत्तापर्यंत झक्क प्रॅक्टिस झालीये तुला प्रेमात पडायची! तू पडत नाहीस प्रेमात– चक्क आपणहून उडी टाकतेस!... प्रेम म्हणजे स्विमिंग पूल वाटतो तुला– आणि तू सदोदित डायव्हिंग बोर्डवर उभी असतेस!

मंजूषा : हे बघ– थोरला भाऊ म्हणून जेवढं बोलायला हवं, तेवढं तुझं बोलून झालं– माझे कान अगदी सताड उघडण्याचं तुझं कर्तव्य तू केलंस! बस्स्–? आता आमचं जमवायला मदत करणारेय्स की नाही, तेवढं बोल!

पुंडलीक : कमाल करतेस! इकडे मी स्वत: लग्नाशिवाय राहिलोय् तो काय दुसऱ्यांची लग्नं जमवत बसायला?

मंजूषा : डियर ब्रदर, मला जास्त काही नको. तू फक्त मंदारला पटवून द्यायचं, की माझं त्याच्यावर भयंकर प्रेम आहे!... तुझं ऐकेल तो. एके काळी तू त्याला शिकवलंय्स!

पुंडलीक : तेव्हाही माझं फारसं ऐकत नसेच तो!

मंजूषा : दादा– हा माझ्या जीवनमरणाचा प्रश्न आहे! या वेळेस मी पक्कं ठरवलंय्, की मंदार मिळाला नाही, तर जिवाचं काहीतरी बरंवाईट–

पुंडलीक : असंच जाहीर केलं होतंस, तो कोण क्रिकेटिअर होता, त्याच्या वेळेस– नंतर तो कोण भजनं म्हणणारा पॉप सिंगर होता, तेव्हाही सुइसाइड नोट लिहून तयार ठेवली होतीस! त्या गुजराथी फॅशन डिझायनरच्या वेळी तर मलाच सांगितलं होतंस, विष आणून द्यायला!

मंजूषा : ते सगळं आता मागे पडलं... हे फायनल! अगदी अल्टिमेट!... अय्या, दादाऽ

(नवीन आणि नवनीत येतात.)

पुंडलीक : *(पुढे होऊन)* या– प्रवास ओके?

नवीन : एकदम मजेत!

मंजूषा : नवनीत, काल म्हणाली नाहीस, येणार म्हणून!

नवनीत : तू तरी कुठं सांगितलंस?– फिट्टं फाट!

नवीन : आणि पळून जाणारे प्रेमिक कुणाला सांगून जातात का? आधी पळाले, मग सांगितले... असं असतं त्यांचं!

मंजूषा : थांबा– मी चहाचं सांगते. *(जाते.)*

पुंडलीक : डॅडींना नाही ना पत्ता लागला तुमच्या बेताचा?

नवनीत : अजून तरी नसावा!

नवीन : – पण एक गोची झालीये, सर.

पुंडलीक : काय झालं?

नवीन : गेटवे ऑफ इंडियाला मंदारनं आम्हाला पाहिलं–

नवनीत : त्यानं हटकायच्या आधीच आम्ही बोटीत चढलो... पण त्यानं डोकं चालवून डॅडींना कळवलं, तर पंचाईत!

पुंडलीक : काय व्हायचं, ते होऊदे. आता सगळी चिंता गुंडाळून ठेवा. आराम करा. जस्ट रिलॅक्स!

पक्या : *(आत येऊन, नवीन-नवनीत यांना)* चहा घ्यायला चला... आधी फ्रेश व्हायचं असेल ना? मी दाखवतो बाथरूम्स! *(त्यांना घेऊन जातो.)*

मंजूषा : *(एक्सायटेडली येऊन)* दादा, दादा– मंदार येतोय्!

पुंडलीक : *(चकित.)* मंदार–?

मंजूषा : *(खिडकीतून पाहते... अधिकाधिक एक्सायटेड.)* काय हँडसम दिसतोय्... तो बघ! आलाच!... तू बोल हं त्याच्याशी. मी जाते. लपूनच बसते. सांगू नकोस त्याला, मी इथं आलेय् म्हणून! म्हणजे मोकळेपणानं बोलेल तुझ्याशी!... तुझ्या लक्षात आहेत नं पॉईंट्स?– भयंकर प्रेम... जीवनमरणाचा प्रश्न... गेले मी! *(पळत जाते.)*

(मंदार आत येतो. नवीनच्या बरोबरीचा, पण बोलणेवागणे काहीसे रासवट. पोशाख काऊबॉयसारखा. कमरेच्या पट्ट्यात पिस्तूल नाही, पण असू शकेल, असे वाटते. जवळ एक शोल्डर बॅग.)

मंदार : गुड इव्हनिंग सर!... नवनीत आलीये ना इथं!

पुंडलीक : तिनं तुला इथवर खेचत आणलं?– भलतंच मॅग्नेटिक दिसतंय् अट्रॅक्शन!

मंदार : सर्टनली, सर. शी इज टेरिफिक!

पुंडलीक : ती इथं आलीये, हे तू तिच्या डॅडींकडे बोललास?

मंदार : तसं बोलून तिच्या चहाड्या करण्याइतका मी मीन नाही! *(थांबून)* मी त्यांना फक्त तसा निरोप ठेवलाय्!

पुंडलीक : पण ती नवीनबरोबर इथं आलीये, ती स्वत:च्या इच्छेनं. –तू कशाला आलास तिच्या मागे?

मंदार : तिला वाचवायला!... शी विल नेव्हर बी हॅपी विथ नवीन!... नावाखेरीज जुळणारं दुसरं काहीही नाहीये त्यांच्यात. आय् स्वेअर सर– तुम्हाला खरंच सांगतो– मॅन टू मॅन– फक्त मीच तिला सुखी करू शकेन!– आय ॲम द मॅन फॉर हर!

पुंडलीक : असं कां वाटतं तुला?

मंदार : गट फीलिंग... इन्ट्युइशन! काय वाटेल ते म्हणा! बट वुइ आर मेड फॉर इच अदर!

पुंडलीक : असंच त्या दोघांनाही वाटतं, एकमेकांविषयी– आणि तू कोण वाटतोस माहितेय्?– कबाब मे हड्डी!

मंदार : तुम्ही मला कितीही शिव्या दिल्यात ना सर– तरी माझं नवनीतवरचं प्रेम कमी होणार नाही!... उलट मी तुम्हाला रिक्वेस्ट करणारेय् की तुम्हीच मध्यस्थ व्हा. नवनीतचं मन वळवा, ॲज ॲन आय स्पेशालिस्ट, तिचे डोळे उघडा– आणि तुमच्याच हातानं आमची एंगेजमेंट करून द्या!

पुंडलीक : नो वे!– हे पाप मी अजिबात करणार नाही!

मंदार : सर, तुम्ही पूर्वी कॉलेजात पेपर तपासताना जशी पार्शालिटी करायचात, तशीच आताही करताय्!... तेव्हापासूनच तुमचं माझ्याविषयीचं मत खराब आहे!

पुंडलीक : बिलकुल नाही! मला तू चांगलाच वाटतोस. स्मार्ट– मॉड– अँड डर्टी रिच!

मंदार : तुम्हाला असं वाटत असेल... असं वाटत नाही!

पुंडलीक : तुला कशामुळं वाटेल की तू माझा फेवरिट आहेस? हवं तर मी

माझ्या सख्ख्या बहिणीचं लग्न तुझ्याशी करून द्यायला तयार आहे!– ओके?... हवं तर येत्या गुरुवारीच जुहू सेंटॉरमध्ये तुझी मंजूशी एंगेजमेंट करून देतो... म्हणजे तुझीही बॅड पब्लिसिटी टळेल!

मंदार : माझी कितीही बॅड पब्लिसिटी झाली, तरी चालेल सर! पण मला मंजूषाशी या गुरुवारी एंगेजमेंट करायची नाही! कुठल्याच गुरुवारी नाही!... कधीच नाही! कारण मला तिच्याशी लग्नच करायचं नाहीये!

पुंडलीक : पण मंजुषाचं तुझ्यावर जबरदस्त प्रेम आहे!

मंदार : ही माझ्यावर जबरदस्ती आहे सर; कारण माझं तिच्यावर अजिबात प्रेम नाही.

मंदार : तिचं माझ्यावरती असूदे, भले प्रेमच प्रेम कितीही
डॉक्टर तुमच्या सिस्टरशी मला लग्नच करायचं नाही!

ती नाही बिलकुल बावळट, ती मुळीच नाही उद्धट
ती दिसण्यासाठी सुंदर, करि अपुल्याकडून खटपट
या कशाकशाचाही पण– परिणाम मजवरी नाही
डॉक्टर तुमच्या सिस्टरशी मला लग्नच करायचं नाही

तिला पाहून माझ्या छातीत अजिबात धडधडत नाही
माझे डोळे ना फडफडती, नाडीही उडउडत नाही
माझं बी पी जिथल्या तेथे तिज पाहुन चढतच नाही
डॉक्टर तुमच्या सिस्टरशी मला लग्नच करायचं नाही

डॉक्टर तुमच्या सिस्टरशी– काय वाट्टेल ते झालं तरी–
–मला लग्नच करायचं नाऽहीऽऽ!

(आवेगात निघून जातो. गाण्याच्या दोन ओळींच्या मधल्या संगीतात पुंडलीक, 'अरे पण'– 'जरा विचार कर'–'मी काय सांगतो' इ. म्हणतो)

(मंदार निघून गेल्यानंतर पुंडलीक हताशपणे लिमलेटच्या गोळ्या तोंडात टाकतो. क्षणभराने पक्या येतो. त्याच्या हातात पिशव्या.)

पक्या : काय चाललंय डॉक्टर?

पुंडलीक : विचार करायची प्रॅक्टिस!

पक्या : बाकीचे डॉक्टर बघा– फक्त प्रॅक्टिसचा विचार करतात!... बरं, मी जरा बाजारात जाऊन येतो. सोय करतो, खाण्यापिण्याची!

पुंडलीक : खरंच पक्या– तू नसतास, तर कोणी केली असती माझ्या खाण्यापिण्याची काळजी?

पक्या : काळजी कोण करील, याची काळजी पडली असेल, तर लवकरात लवकर लग्नाचं बघा. *(पुटपुटत)* ती डॉक्टरीण कसली काळजी घेणार, म्हणा?... त्यातून ती भांडकुदळ!

पुंडलीक : काय म्हणालास?

पक्या : मी?– कुठं काय?

पुंडलीक : भांडकुदळ कुणाला म्हणालास?

पक्या : मी–? छे!... तुम्हाला तुमचा आतला आवाज ऐकू आला!

पुंडलीक : त्या आतल्या आवाजाचंच ऐकणं बरं!... काल तुझं ऐकलं, आणि पूर्वाविषयी नाही नाही ते विचार आले माझ्या डोक्यात!

पक्या : डॉक्टर– पोहायला घाबरणारे जसे काठावरून पाण्यात बोट घालतात आणि 'गार गार, गार गार' करीत माघार घेतात, तसंय् तुमचं!... काल जरा कुठं प्रेमाचा विचार करायला लागलात, तर आज लगेच हे सुविचार!

पुंडलीक : अरे पण दुसऱ्याचं प्रेम नसताना आपण आपलं प्रेम लादणं चांगलं का?

पक्या : याला म्हणतात, अतिविचार! तुमची बहीण बघा कशी बिनधास्त प्रेम करत सुटते–

पुंडलीक : –तो अविचार!

पक्या : –आणि मंदार? तो तर अजून नवनीतवर प्रेम करतो–

पुंडलीक : –तो वेडेचार!

(मंदार फ्रेश होऊन येतो. कपडे बदललेले, पण तितकेच मॉड.)

मंदार : मी जरा बाहेर भटकून येतो.

पक्या : नवीन आणि नवनीत, समुद्रावर गेलेत.

मंदार : *(वैतागून)* तुला कुणी विचारलंय्?

पक्या : नाही. त्यांनी मला सांगितलंय्, जाताना.

मंदार : मी काही त्यांच्या पाठीमागे जात नाहीये, समजलं?– आगाऊ कुठला! *(पुंडलीकला)* इथून बाहेर पडल्यावर समुद्र उजवीकडे ना? *(पुंडलीक मान डोलावतो. पक्या हसतो, त्याला–)* उगाच दात काढून नकोस! *(जातो.)*

पुंडलीक : आहे की नाही वेडा?– आता त्या दोघांच्या मागावर जाऊन याला काय मिळणारेय्?

पक्या : नुसतं तुमच्यासारखं विचारांची प्रॅक्टिस करीत बसून तरी मिळणारेय्?– गेलो! *(जातो.)*

(मंजूषा येते.)

मंजूषा : हाय ब्रदर!... बोललास तू मंदारशी?

पुंडलीक : हो तर! मी चक्क तुझ्यासाठी मागणीच घातली त्याला! त्यासाठी, खोटं बोलण्याचं पाप करून, त्याच्यात नसलेले गुणसुद्धा त्याला चिकटवले!

मंजूषा : मग?– झाला तयार?

पुंडलीक : अंहं. त्याचं आपलं एकच– नवनीत आणि नवनीत! दुसऱ्या कुणाचा विचारसुद्धा करायला तयार नाही तो!

मंजूषा : ठीक आहे– मग मला दुसरा मार्गच नाही, आत्महत्येशिवाय!– आपल्या या बनातलं एक उंचसं सुरूचं झाड शोधते, आणि घेते स्वतःचा शेवट करून!

पुंडलीक : –सुरूवर शेवट करण्याची कल्पना मला तरी नाही पटत.

मंजूषा : मगच डोळे उघडतील त्याचे, न् तो लग्नाला तयार होईल!

पुंडलीक : उपयोग काय?– तोवर तुझे डोळे मिटलेले असतील!

मंजूषा : मी जीव द्यायला नको असेन, तर तूच काढ काहीतरी उपाय!

पुंडलीक : कसला उपाय काढू?– जादू करू मंदारवर?

मंजूषा : –जादू कर, नाहीतर चेटूक कर, पण मी तुला सांगून ठेवतेय्!– मी चालले!

पुंडलीक : अग एवढ्यात नको आत्महत्या करू. निदान गुरुवारपर्यंत तरी थांब. मी मंदारला अल्टिमेटम दिलाय् सेंटॉरमधल्या एंगेजमेंटचा!

मंजूषा : ओके– मी चालले सुरूच्या बनात– घाबरू नकोस, आत्महत्येसाठी नाही. नुसती तिथली झाडं बघायला!

पुंडलीक : मला वाटतं, सर्वात उंच झाड कुठलं, हे पक्यासुद्धा सांगेल... शिवाय मंदार सुरूच्या बनात नाही, समुद्रावर गेलाय्!

मंजूषा : थँक्स फॉर द टिप... पण मी कशाला जाऊ त्या दुष्ट अनुदार, गद्दार मंदारच्या मागे?... आलेच मी समुद्रावर जाऊन! *(जाते.)*

पुंडलीक : *(क्षणभराच्या शांततेनंतर)* –गेले सगळे प्रेमी जीव समुद्रावर!... किती मजा आहे, असं प्रियकराच्या नाहीतर प्रेयसीच्या मागं जाण्यात! मग भले त्यांनी धुडकावलेलं का असेना!– चुकीचा का होईना, पण एक हेतू राहतो आयुष्याला!... सम परपज इन लाइफ! *(अगदी*

हलकेच, गाणे म्हणायला सुरुवात करतो...)

सम परपज इन लाईफ...
सम परपज इन लाईफ...
संध्याकाळीऽ साथसंगती
रमतागमता... सागरकाठी
सापडतोऽऽऽ
जगण्याचा हेतू...
मी इथे... कुठे तू?
मी इथेऽऽ कुठे तूऽऽ

रंगबिरंगीऽ अवतीभवती
नाना रूपे... घेई प्रीती
उदासवाण्या अंधाराशी
माझी केवळ... जुळली नाती

दूर कुठेऽऽऽ
दीप जळे परंतू
मी इथे... कुठे तू?
मी इथेऽऽ कुठे तूऽऽ

स्वप्नच का हे? आभास फुका
कोण मारते... अस्फुट हाका
पैलतिरावर... कसे जायचे
धुके धुके अन् बुडते नौका

कधी तरीऽऽ
बांधू सेतू
मी इथे... कुठे तू?
मी इथेऽऽ कुठे तूऽऽ

(वाढता अंधार. त्यात पूर्वा सावकाश पुढे होते. दिवा लावते.)

पूर्वा : एकूण बरोबर होती माझी माहिती!– तुमचा मूड गेलाच आहे...!
पुंडलीक : पूर्वा–?... तू मला स्पष्ट दिसतेयस.
पूर्वा : न दिसायला काय झालं? मी हाडामासाचीच आहे!
पुंडलीक : खरंच?– अजून मला हा भास वाटतोय्!
पूर्वा : मला पहिल्यापासूनच तुमच्या डोक्याची शंका आहे!
पुंडलीक : या बोलण्यावरून पटलं, की नक्की तूच आलीयेस! आपलं, तुम्हीच आला आहात!
पूर्वा : चालेल, 'तू' म्हटलंत तरी!– मी वयानं तुमच्यापेक्षा लहान आहे!
पुंडलीक : किती वर्षांनी?
पूर्वा : *(चिडून)* त्याच्याशी तुम्हाला काय करायचंय्?
पुंडलीक : पण तू इथं आलीस कशी?
पूर्वा : कारनं. स्वत:च्या.
पुंडलीक : आधी सांगितलं असतंस, तर आपण एकत्र आलो असतो!
पूर्वा : समजा नसेल मला एकत्र यायचं–
पुंडलीक : मग यायचंच कशाला?
पूर्वा : मला काही खाज नव्हती, इतक्या लांब येण्याची. पण म्हटलं, आपण न गेल्यामुळं एका माणसानं जीव दिला, असं–
पुंडलीक : थांब थांब– हा जीव देणारा माणूस कोण?
पूर्वा : म्हणजे तू– आपलं, तुम्ही–
पुंडलीक : चालेल– 'तू'च म्हण. मी काही तुला वाटतं तेवढा तुझ्याहून मोठा नाही!
पूर्वा : काल आपली बोलाचाली झाली! म्हणजे, मला बोलावं लागलं– तुझ्या वाईट चालीमुळे!
पुंडलीक : मी वाईट चालीचा?– कसा काय?
पूर्वा : –पण वेळीच स्वत:ची चूक तुझ्या लक्षात आली... तुला पश्चात्ताप झाला.
पुंडलीक : *(अचानक)* पुन्हा तुझी नजर कालच्यासारखी–
पूर्वा : बाई गऽ पुन्हा आला की काय तुला तो झटका?
पुंडलीक : तू काहीतरी सांगत होतीस...
पूर्वा : मला असं कळलं, की तू कालपासून एका वेगळ्याच मूडमध्ये आहेस–
पुंडलीक : खरंच आहे ते!
पूर्वा : नशीब कबूल केलंस. पण मी म्हणते, मूड गेला, पश्चात्ताप झाला,

तरी त्यासाठी जिवाचं बरंवाईट–

पुंडलीक : गैरसमज झालाय तुझा. जिवाचं बरंवाईट करणारी ती माझी बहीण!

पूर्वा : केलं का तिनं?– जिवाचं बरंवाईट?

पुंडलीक : करणार होती– मी तिला हरप्रयत्नांनी वाचवलं!

पूर्वा : कां?

पुंडलीक : कां म्हणजे? ती माझी बहीण आहे!

पूर्वा : कां वाचवलं, विचारत नाहीये– ती बरंवाईट करणार होती, ते कां?

पुंडलीक : मूर्खपणा!– ती एका अर्धवट, डोळ्यांच्या डॉक्टरच्या प्रेमात पडलीये!

पूर्वा : डोळ्यांच्या डॉक्टरच्या प्रेमात?– अगदीच गाढवपणा आहे हा!

पुंडलीक : *(आशेने)* तू करशील का कधी असा गाढवपणा?

पूर्वा : –प्राण गेला, तरी नाही!

पुंडलीक : म्हणजे तू माझ्यावरच्या प्रेमानं इथं आली नाहीस!

पूर्वा : वेड लागलंय् का मला तुझ्यावर प्रेम करायला?– मी आले, ती शुद्ध भूतदयेनं. तुला वाचवायला!

पुंडलीक : पण माझं काही बरंवाईट होईल, अशी खुळचट कल्पना तुझ्या डोक्यात भरवली कोणी?

पूर्वा : तुझ्या सगळ्यात जवळच्या माणसानं. म्हणून तर ती मला खरी वाटली.

पुंडलीक : कुणी– पक्यानं?

पूर्वा : आज सकाळी मी क्लिनिकवर जायच्या आधी तो माझ्या घरी आला, आणि म्हणाला– काय वाट्टेल ते करून आज मांडव्याला हजर व्हा– नाहीतर तिथं काहीतरी भयंकर प्रसंग ओढवेल!

पुंडलीक : हरामखोर!– बस्स्. आता त्याला मी नोकरीवरूनच काढून टाकतो. भले माझी क्लिनिकची न् वसुलीची न् बँकेची न् टॅक्सची न् खाण्याची न् पिण्याची सगळी कामं रखडली तरी चालतील! बट धिस इज द लिमिट!– चावटपणा म्हणजे किती करायचा?

पूर्वा : हे सगळं रागाचं नाटकच नाही ना? म्हणजे चावटपणा दोघांनी मिळून ठरवून–

पुंडलीक : तुझी शप्पथ पूर्वा, मला असल्या आयडियाज कधीच– *(तिच्या डोळ्यात पाहून)* तुझी नजर कालच्यापेक्षा अधिकच–

पूर्वा : हे बघ, आता तू पुन्हा ते सुरू करणार असलास, तर मी आल्या पावली परत जाईन–! म्हणा चूक माझीच आहे! पक्या बोलूनचालून खोटारडा आणि सर्वांच्या फिरक्या ताणणारा माणूस आहे, हे ओळखून

मी त्याच्याकडे दुर्लक्ष करायला हवं होतं. पण जीवनमरणाचा प्रश्न आहे म्हटल्यावर एका डॉक्टरला तरी–

पुंडलीक : अच्छा– म्हणजे ही तुझी डॉक्टर म्हणून, प्रोफेशनल व्हिजिट आहे!... इथं या अशा सुंदर वातावरणात मला भेटावं... असं अजिबात आलं नव्हतं तुझ्या डोक्यात!– ठीकेय् मी तुझे प्रोफेशनल चार्जेस चुकते करायला सांगतो पक्याला– त्याला कामावरून काढण्याआधी!

पूर्वा : खरं सांगू का– त्याला काढून टाकण्याची गरज नाही... कारण तो फार खोटं नसावा बोलत! तू खरोखरच एखादी आपत्ती येणार असल्याच्या मूडमध्ये आहेस!

पुंडलीक : आणि आता ती आपत्ती इथं आलीये–

पूर्वा : मी परत गेले, तर तुला बरं वाटेल का?

पुंडलीक : कशाला? आता आल्यासारखी आराम कर उद्यापर्यंत.

पूर्वा : बरं तर– मग मी जरा पाय मोकळे करून येते, काळोख पडायच्या आत. बाय– *(जाते.)*

पुंडलीक : चला– पक्यानं माझ्या डोक्यात घुसवलेला गैरसमज, त्याच्याच करणीनं निकालात निघाला! पूर्वाचं माझ्यावर मुळीच प्रेम नाही– आणि ते बसण्याची अजिबात शक्यता नाही!

(दारात एक अत्यंत कळकट दिसणारा अवलिया उभा. अर्धवट पिकलेले केस आणि भरघोस दाढी. वय तीसपासून सत्तरपर्यंत काहीही असू शकेल!... अंगात मळकट सदरा, लेंगा, खांद्याला चटेरी पटेरी झोळी. कपडे विचित्र, पण रंगीत. एकूण दिसणे-बोलणे थोडे 'अन्‌रिअल'– अद्‌भुततेकडे झुकणारे.)

अवलिया: गुड इव्हनिंग!

पुंडलीक : *(वैतागून)* कोण तुम्ही? आत कसे शिरलात?

अवलिया: बहुतेक दारातून. *(दाराकडे पाहून)* येस, आय ॲम राइट.

पुंडलीक : चालतं व्हायला, तेच दार चालतं!

अवलिया: त्याआधी एक उपयोगाची वस्तू दाखवायचीय्.

पुंडलीक : गरज नाही काहीही दाखवण्याची. माझा मूड आधीच खराब आहे!

अवलिया: तो सुधारेल या वस्तूच्या वापरानं.

पुंडलीक : मुंबई सोडून आम्ही इथं येतो, ते शांततेसाठी, तर इथंही सेल्समन हजर?

अवलिया: मी सेल्समन नाही. प्रेषित आहे!... माझं नाव बोगस.

पुंडलीक : बोगस?– अहो बोडस असेल!

बोगस : बोडस नाही– बोगसच आहे. माझं आडनाव मला माहीत की तुम्हाला?

पुंडलीक : नाव बोगस– मग तुम्ही काय उपयोगाची वस्तू विकणार?

बोगस : का?... नाव खोटं पडू शकतं. खोटे आडनावाचे लोक काय खोटे असतात?... आणि 'खरे' तरी सगळे, कुठं खरे असतात?... मी बोगस असून एक ज्येनुइन चीज आणलीये!

(झोळीतून, एक मुळी काढून, ती कोहिनूर हिरा दाखवावा तशा अप्रूपाने दाखवतो.)

बोगस : –ही बघा!

पुंडलीक : हात्तेच्या– साधी मुळी! असल्या मुळ्या रस्त्यावर विकतात वैदू!

बोगस : मी वैदू नाही– मी प्रेषित आहे!... आणि ही मुळी साधी नाही– अद्‌भुत आहे!

पुंडलीक : *(सौम्य कुतुहलाने)* कुठून आणली?

बोगस : हिमालयातून! आमचे फादर तिकडे तप करायचे. दिवसभर तप! त-प त-प करून कंटाळा आला, की भटकायचे. भटकताना वनस्पती शोधायचे. घरी परत आले न्‌ त्यांना हार्ट अटॅक आला. मरताना प्रेझेन्स ऑफ माइन्ड ठेवून त्यांनी मला ही मुळी दिली...

पुंडलीक : असल्या मुळ्याबिळ्या दाखवून तुम्ही माझ्या डोळ्यात धूळ फेकू शकणार नाही!– मी डोळ्यांचा डॉक्टर आहे!

बोगस : म्हणूनच तुमच्याकडे आलो. या मुळीचा डोळ्यांशीच संबंध आहे!

पुंडलीक : *(किंचित्‌ उत्सुकतेने)* कसा काय?

बोगस : सांगतो. (अत्यंत गंभीरपणे, एखादे कर्मकांड सांगावे तसे.) मुळी पाण्यात उगाळायची. नीट ऐका. मुळी पाण्यात उगाळायची– अगदी पातळ लेप तयार करायचा... ऐकताय ना?– त्या पातळ लेपाचे थेंब आयड्रॉप्सच्या बाटलीत टाकायचे!– आय-ड्रॉप्स असतीलच तुमच्याकडे?

पुंडलीक : आहेत... पुढं बोला.

बोगस : तर त्या आय-ड्रॉप्सच्या बाटलीत थेंब टाकायचे. एक... दोन... तीन असे. जास्त नाही. फक्त सहा... किती?– सहा!... आता मुळीचं सत्त्व मिसळलेले आय-ड्रॉप्स प्रत्येक डोळ्यात फक्त दोन दोन घालायचे... मग काय होतं माहीतेय्‌?

पुंडलीक : *(तिरसटपणे)* माणूस कायमचा आंधळा होतो!

बोगस : *(उत्साहाने)* बरोबर. एका परीनं माणूस आंधळाच होतो!– प्रेमात पडणं, म्हणजे दुसरं काय हो?

पुंडलीक : *(उत्सुकता एकदम १०० डिग्री सेंटि.)* प्रेमात पडण्याशी संबंध काय या मुळीचा?

बोगस : अहो, तीच तर तिची खासियत आहे!

पुंडलीक : कशी काय?

बोगस : हे आय-ड्रॉप्स डोळ्यात घातले, की माणूस अर्थातच डोळे बंद करून घेतो. ते उघडल्यानंतर त्याच्यासमोर जी पहिली व्यक्ती येईल, अर्थात विषमलिंगी– तिच्या, तो प्रेमात पडतो!

पुंडलीक : *(थरारून)* – प्रेमात? प्रेमात पडतो–?

बोगस : एकदम पक्का! बदलणार नाही! बेईमान होणार नाही! फास्ट कलर! रात्रंदिवस त्या व्यक्तीच्या आधीन! टोट्टल आधीन!

पुंडलीक : म्हणजे जादूच म्हणायची ही!

बोगस : जादूच आहे!– मॅजिक! प्लेन मॅजिक!

पुंडलीक : *(विचार करीत)* बोगस वाटतं हो!

बोगस : यात आडनाव मध्ये आणू नका! सांगतोय ते हंड्रेड पर्सेंट टूथ. ॲबसोल्यूट टूथ ॲंड नथिंग बट टूथ!

पुंडलीक : –पण एरवी माणसं स्वत:हूनच प्रेमात पडतात!

बोगस : नेहमीच नाही! कधीकधी त्यांना प्रेमात पाडावंही लागतं. समजा, तुमची बहीण प्रेमात निराश झालीये! तर तिच्या प्रियकराच्या डोळ्यात–

पुंडलीक : मुळीची किंमत काय?

बोगस : –पाच हजार रुपये.

पुंडलीक : –पाच हजार?

बोगस : एकच भाव! घासाघीस नाही– सवलत नाही!

पुंडलीक : अहो, पण पाच हजार म्हणजे–

बोगस : मुळीच्या उपयोगाच्या मानानं ही किंमत अगदीच चिल्लर आहे– पण ही आमच्या हिमालय-रिटर्न्ड फादरनं ठरवून दिलेली किंमत आहे! ती आम्ही कमीजास्त नाही करू शकत!

पुंडलीक : चालू पडा!– तुम्हाला काय वाटलं, मला सहजासहजी पाच हजारांना गंडा घालता येईल?

बोगस : छे बुवा– तुम्ही तर एखाद्या मध्यमवर्गीय माणसासारखे माझ्यावर अविश्वास दाखवायला लागलात! जरा धडाडीच्या डॉक्टरसारखे वागा–

पुंडलीक : धडाडी दाखवायला माझी ना नाही– पण मी स्वत:ला गंडवून घेणार नाही, हे तर नक्कीच!... मी आधी मुळी वापरून पाहीन!– गुण आला, तरच पैसे देईन!

बोगस : ओके– ही मुळी– *(देतो.)* रात्री येईन. पैसे तयार ठेवा. क्रॉस्ड चेक चालेल!

पुंडलीक : अरे वा– तुम्ही लगेच माझ्यावर विश्वास ठेवलात!

बोगस : कारण मी कडका आहे– पण मध्यमवर्गीय नाही. मी विश्वास टाकायला घाबरत नाही.

पुंडलीक : शहाणपणा नाही हा! समजा मी मुळी वापरली, गुणसुद्धा आला– आणि पाच हजार रुपये द्यायला मी काचकुच केली– तर?

बोगस : –तर तुम्हाला दुसरी मुळी मिळणार नाही!

पुंडलीक : म्हणजे?– दुसरी पण आहे?

बोगस : हो!– प्रेमातून बाहेर काढणारी!

पुंडलीक : पण एकदा प्रेमात पडल्यानंतर परत त्यातून बाहेर पडावंसं का वाटेल?

बोगस : सांगता येत नाही कधी काय प्रसंग येईल ते! बऱ्याच जणांना वाटते गरज प्रेमातून बाहेर पडण्याची!... कंटाळा येतो हो, एकाच व्यक्तीवर प्रेम करून करून!... व्हरायटी इज द स्पाइस ऑफ लाइफ– अँड लव्ह!... काय?

पुंडलीक : ठीकेय्! मी बघतो तुमची मुळी नंबर एक वापरून!... रात्री या तुम्ही पैसे न्यायला!

बोगस : एक सांगतो. मुळी घासण्यापूर्वी परिणामांचा नीट विचार करा!... ऑल द् बेस्ट! (जातो.)

पुंडलीक : *(हर्षाने ओरडतो.)* जादूऽऽ! डोळ्यांची जादू माझ्या हातात! जादूची मुळी माझ्या हातात! मी कुणालाही प्रेमात पाडू शकतो... कुणालाही प्रेमातून बाहेर काढू शकतो! मिस्टर पुंडलीक– यू आर द ग्रेटेस्ट! तुम्ही प्रेमाचे जादूगार– वन अँड ओन्ली मॅजिशिअन ऑफ लव्ह!... जादूऽ दिखा तेरा असर! जादू... तेरी नजर! जादू– तेरी नजर! *(हसत सुटतो.)*

पडदा.

मध्यान्तर.

■

२/१ :

पुन्हा तोच 'रोमँटिक' पडदा. तोच चंद्र, त्याच चांदण्या. पण आता त्याच्यापुढचे डोंगर, फुले इत्यादींचे कटआऊट काढून टाकून तिथे लाटा. म्हणजे, लाटांच्या गतीचा इफेक्ट आणण्यासाठी, दोन्ही बाजूंनी धरून एका लयीत हलवण्याच्या, एकापुढे एक अशा तीनचार निळ्या झालरी. ('राजसंन्यास' नाटकातल्या समुद्राच्या प्रवेशात वापरत, तशा.)

पक्या 'सूत्रधारा'च्या बेअरिंगमध्ये प्रवेश करतो.

सूत्रधार : मध्यान्तर संपलं. आता पुढे सुरुवात या बोगस विषयावरच्या नाटकाला... नाही तर काय? प्रेमाइतका बोगस विषय दुसरा आहे का जगात?– म्हणजे बघा, प्रेमाचं बेसिक तत्त्व काय, तर कुणातर तरी जीव लावणं. त्याच्यासाठी वेळप्रसंगी त्यागसुद्धा करणं!... आता हे कुणाला जमणार?– तर शंभरातल्या पाव-अर्ध्या टक्क्याला सुद्धा नाही! मात्र त्याच वेळी अपेक्षा ही, की आपल्यासाठी दुसऱ्यानं हे सगळं– जीव लावणं, त्यागबिग करणं, हे जमवावं.– तर ही सिच्युएशन अवास्तव नाही का?– कम्प्लीटली अन्‌रिॲलिस्टिक! दुसरं. आपल्याला जे माणूस आवडतं त्याला नेमके आपणच आवडत असू, हा कोटींमधे एक, असा योगायोग! पाहा हं– आपल्याला दुकानातली एक चीज हवीये– तर त्याच वेळी त्या दुकानदारालाही सगळी गिऱ्हाईकं सोडून फक्त तुम्हालाच ती चीज विकायचीये, असं कधी होईल का?– मग फक्त प्रेमाच्याच बाबतीत आपण 'मेड फॉर इच अदर' या कल्पनेवर विश्वास कां ठेवतो?– तात्पर्य, आपण प्रेम करीत नाही– प्रेमाच्या कल्पनेवर प्रेम करतो!... डॉक्टर पुंडलिकांचा सुद्धा प्रेमाबिमावर बिलकुल विश्वास नव्हता!– जसा शेक्सपिअरचाच मुळात तो नव्हता! म्हणून तर मंजूषा मंदारवर प्रेम करते– मंदार नवनीतवर मरतो– नवनीत नवीनवर जीव टाकते– आणि नवीन– आता त्याची चौथ्या कुणावर तरी लाइन असणं, हेच वास्तवाला धरून होईल की नाही?– पण शेक्सपिअर पडला एक पॉप्युलर नाटककार! त्यानं नाटक चालावं, म्हणून एक तरी जोडपं एकमेकांवर प्रेम करतं, असं दाखवलं न् द्वंद्वगीतांची सोय केली!... त्याची गरज पडतेच! बघा ना, प्रत्यक्षात घटस्फोटांची संख्या

चाललीये दिवसेंदिवस वाढत, आणि लोकप्रिय नाटक-सिनेमातून मात्र प्रेमाचा जयजयकार!... म्हणून तर बिचाऱ्या पुंडलीकांनी निसर्गाच्या विरोधात जाऊन– अगदी जादूबिदू करून– बहिणीसाठी प्रेमिक मिळवायचं ठरवलंय्!... खुद्द ती बहीण मात्र स्वत:च्या हिंमतीवर प्रियकराला गाठण्यासाठी त्याच्या पाठीमागे समुद्रावर गेलीय!

(पाठीमागच्या 'लाटां'च्या झालरींची जोरकस हालचाल. लाटांचा आवाजही सुरू होतो.

मंदार येतो. –कुणाला तरी शोधत असल्याप्रमाणे हैराण. लांबवर कुणीतरी दिसल्याप्रमाणे चालू लागतो... अंतरावरून हाका येतात. 'मंदाऽर...मंदार– मंदार थांब!' –नंतर, हाका मारणारी मंजूषा प्रवेश करते.)

मंजूषा : मंदार– अरे कधीपासून हाका मारतेय् मी!

मंदार : मला त्यातली एकही हाक ऐकू आली नाही!

मंजूषा : खरं आहे... कधीपासून माझं मन तुला साद घालतंय्, पण त्याची हाक तुला ऐकू येईल तर ना?

मंदार : काव्यमय बोलण्यापेक्षा गप्प बसलीस तर बरं!

मंजूषा : प्रियकराचा छळ सहन करणाऱ्या प्रत्येक प्रेयसीची वेदना काव्यातूनच बोलते!

मंदार : कोण प्रियकर?– कोण प्रेयसी? मला नाही तसलं कोणी इथं दिसंत!

मंजूषा : क्षणभर थांबलास तर दिसेल! थांब ना– चाललास कुठं?

मंदार : दूर– तुझ्यापासून शक्य तेवढ्या दूर! तू येऊ नकोस माझ्या मागं.

मंजूषा : मला येणं भाग आहे! तू आहेस माझा लोहचुंबक, आणि मी आहे लोखंडाचा एक मऊमऊ तुकडा!

मंदार : इतकी काव्यात बोलते, म्हणजे हिचा खरंच छळ होतो की काय? तरी अजून हिच्या काव्याचा अर्थ समजतो, म्हणजे छळ पुरेसा होत नसावा!

मंजूषा : एकच कर– तुझी ही आकर्षणाची शक्ती घे काढून! पण ते कसं शक्य आहे?... पृथ्वीला वाटणारं आकर्षण का कधी काढून घेऊ शकलाय् सूर्य?

मंदार : हे बघ– मी आधीच वैतागलोय् ती दोघं कुठंतरी नाहीशी झालीयेत, त्यामुळं! अख्खा बीच पायाखाली घातला– पण हे आपले गायब– माझ्यावर खुनाचा आळ यावा, म्हणून त्या दोघांनी समुद्रात उडी मारून जॉइंट सुइसाइड केला की काय, या काळजीत आहे मी!... त्यात आणखी, तू काव्य म्हणत माझा पाठलाग केलास, तर मी ओरडेन– वाचवा... वाचवा...

मंजूषा : *(सांकेतिक खलनायकाप्रमाणे)* ओरड– ओरड! कितीही मोठ्यानं ओरडलास, तरी या सुनसान सागरतीरावर तुला वाचवायला कुणीही

येणार नाही!... मी आरामात तुझा विनयभंग करू शकते! प्रॉब्लेम एवढाच आहे, की भंग करायला, तुझ्यात विनय नावालाही नाही!... तरीही मी तुला जवळ घेईन म्हणते!... बघ सूर्यास्त कसा सोनेरी होतोय्! *('लाइटिंग'वाल्याला)* थोडा लालसर हवा!... इतका नको! हे ॲक्च्युअल बलात्काराचं लायटिंग झालं!... हां! इतका पुरे! *(घोगऱ्या आवाजात)* वेळ झालीये जवळजवळ, जवळ येण्याची!

मंदार : वाचवा! बलात्कार... पोलीस...

मंजूषा : हा हा हा! बीचवर पोलीस असते, तर स्मगलिंगचा धंदा साफ बसला असता!... हा निर्जन सागरकिनारा!– पण तुझ्यातच माझं सारं जग सामावलं असताना मला तो निर्जन वाटेल तरी कसा?

मंदार : अरे देवाऽ– तुझ्या या काव्यानं माझं डोकं फिरायची वेळ आलीये! मी शेक्सपिअरच्या नाटकात काम करतोय् असा भास होतोय् मला!– जातो मी पळून, आणि उडी टाकतो या पाण्यात!

मंजूषा : *(आवेशाने)* प्रेमात पडलेल्या पोरीपासून पळू पाहणारा पहिला पुरुष पाहिलात?

मंदार : ठीक आहे– मग मी नाही पळून जात!– तूच चालती हो!

मंजूषा : जाते मी– केवळ तुझ्या शब्दासाठी जाते! चार क्षण घालवले तुझ्याबरोबर प्रेमाचे... तेवढ्यावरच समाधान मानून पहिल्यासारखीच विरहिणी होईन!– युगायुगांची चिरविरहिणी! *(जाते.)*

मंदार : बाप रे! ही हाफ मॅड होती, ती आता साफ मॅड झालीये! नशिबानंच सुटलो हिच्या हातून, काही बरंवाईट न होता! अब्रूनिशी बचावलो!

(एवढ्यात त्याला अंतरावर, नवनीतबरोबर नवीन दिसतो.)

मंदार : *(आरोळी ठोकून)* ओहोऽऽ! दिसला रे बाबा दिसला! मला बघून पळत सुटला, रे बाबा सुटला! ओ ओ हो होऽ ओ ओ होऽ हो!... नवीन– हरामखोरा, थांब!

नवीन : तू–? शेवटी आलास वाटतं इथंही, आमचा पाठलाग करीत?

मंदार : अरे नवनीतच्या पाठीमागे तर मी साता समुद्रापार जायला तयार झालो असतो! मग मांडव्याच्या समुद्रावर का नाही येणार? पण तू काय करतोय्स इथं तिच्याबरोबर? पळून आलास ना तिला घेऊन मुंबईहून?– डरपोक साला!

नवीन : हे बघ– ती माझी आहे, आणि मी तिचा आहे! आम्ही मुंबईत राहू नाहीतर मांडव्याला येऊ!– तू कोण मला विचारणारा?

मंदार : मी कोण?– ते पोलीस स्टेशनवर कळेल तुला!

नवीन : अरे जा जा– पोलीस काय करणार? किडनॅपिंगची केस...? नवनीत सज्ञान आहे!

मंदार : विसर–! मनात आणलं तर पोलीस कायद्याचं डोकं खाली, पाय वर करून ठेवू शकतात!– आणि या केसमध्ये ते मनात आणतील!... मी आणि नवनीतचे डॅडी, भाग पाडू त्यांना मनात आणायला– समजलं?

नवीन : मला धमकी देतोयस?

मंदार : धमकी नाही ही!– भविष्यकथन आहे!

नवीन : अरे जा! माझं भविष्य सांगतोस?– हात दाखवू का?

मंदार : का? *(त्याची कॉलर पकडून)* चरबी जास्त झालीये?

नवनीत : *(मध्ये पडून, त्यांना वेगळे करीत)* मंदार-नवीन– प्लीज– प्लीज असे रस्त्यावरच्या मवाल्यांसारखे हातघाईवर येऊ नका!... मंदार, माझी रिक्वेस्ट आहे– तू जरा समजून घेण्याचा प्रयत्न कर! माझं तुझ्यावर मुळीच प्रेम नाही. नवीनवर आहे. पण तुम्ही दोघांनी माझ्यावरून मारामाऱ्या केलेल्या मला चालणार नाहीत. त्यापेक्षा आपण जन्मभर एकमेकांचे मित्र राहू... चालेल?... चल नवीन. *(मंदारला)* बाय, फ्रेंड! *(ती दोघे जातात.)*

मंदार : फ्रेंड माय फूट!... म्हणे मित्र राहू– मित्र!– कशाला?

मी केली तुझ्यावर प्रीती
तू केलीस जरी तिची माती
तरी म्हणू नको तिज मैत्री
नको तिची ग अवहेलना
पुरे हा नसता शहाणपणा!

प्रेम म्हणजे असतं प्रेमच
जरि चुकला त्याचा नेमच
कुणि झिडकारलं कितीही– नाकारलं कितीही
तरी टिकणं त्याचं कामच
त्याची उसन्या नावानं– पडत्या भावानं
नको ग संभावना
पुरे हा नसता शहाणपणा!

(जातो. 'रोमँटिक' पडदा वर जातो. लाटाबिटा आत जातात.)

■

२/२ :

'स्वीट होम'चा हॉल.

पुंडलीक : *(हातातल्या, आय-ड्रॉप्सच्या बाटलीकडे पाहात)* मस्त काम झालं!– सगळी मंडळी बाहेर गेलेली– लुडबुड करायला पक्यासुद्धा नाही! आरामात सगळं पार पडलं! मुळी उगाळली– अर्क टाकला या आय् लोशनमध्ये... आता मंदारच्या डोळ्यात त्यातले दोन थेंब घातले, आणि मंजूषाला त्याच्यासमोर उभं केलं, की झालं!... प्रेमात पडणं, मेड इझी!... पण खरंच जादू होईल का? म्हणा नाहीच झाली, तरी नुकसान काय? परिस्थिती, आहे त्याहून अधिक तर बिघडणार नाही?... मंदारची गंजूषाकडची नजर बदलायला आता जादू हा एकच उपाय आहे! लास्ट– अँड द मोस्ट डेस्परेट अटेम्प्ट! *(पक्या येतो.)* बरा आलास!– झालं शॉपिंग?

पक्या : येस– सगळं सामान आणलं! आता तुमची संध्यापानाची व्यवस्था करतो, आणि लगेच स्वैपाकाला लागतो!... तुमचे दोन पेग होईपर्यंत माझं चिकन रेडी!– मग जेवा कधीही!

पुंडलीक : फस्स्क्लास!– पण त्याआधी एक लहानसं काम करायचं!

पक्या : –बोला!

पुंडलीक : मला त्या मंदारचं लक्षण ठीक दिसत नाही... त्याचे डोळे जरा लाल झालेयत्!

पक्या : दुपार झाली असेल, येताना!

पुंडलीक : शक्य आहे!– पण सध्या डोळ्यांची साथही आहेच!... सावधगिरी घेतलेली बरी!... आता तो आला ना, की तू पहिले या बाटलीतले दोन दोन थेंब टाक त्याच्या डोळ्यात!– त्याला म्हणावं, थोडा वेळ डोळे बंद ठेव! आणि तू लगेच मला सांगायला ये!– ओ के? *(लिमलेट तोंडात टाकतो.)*

पक्या : तुमची पण कमाल आहे डॉक्टर– जाल तिथं पेशंट शोधत असता!

पुंडलीक : काय करणार? आपल्या माणसांसाठी एवढं करायलाच हवं!– जमेल ना?

पक्या : यात, न जमण्यासारखं काय आहे?

पुंडलीक : मी वर जाऊन आराम करतो. आल्यापासून धावपळ चालू आहे– तू मात्र मंदारच्या डोळ्यात औषध घातल्यावर तात्काळ ये, मला सांगायला!– राहील लक्षात?... पक्कं?

पक्या : पक्क्याच म्हणतात मला! *(पुंडलीक जातो.)* कमाल आहे डॉक्टरांची तरी! जन्मभर आय-ड्रॉप्स घालायचं काम करीत आलो, आणि आजच विचारतात!– जमेल ना? राहील ना लक्षात?– असं कां बरं?

(नवीन येतो.)

पक्या : काय राव, झाली ना हनीमूनला सुरुवात?... कसा काय वाटला आमचा बीच?

नवीन : तुमचा बीच छानच आहे! पण आमच्या बीच तो रास्कल मंदार टपकला ना? त्यानं सगळा मूड स्पॉइल केला!

पक्या : अरे अरे! पण हरकत नाही!– नाइट इज स्टिल यंग!... हे काय, डोळे कशाला चोळताय?

नवीन : जाम चुरचुरताहेत...

पक्या : डोळे येताहेत की काय?

नवीन : बहुतेक...! इथं औषध असेलच ना काही तरी?

पक्या : वा! आय स्पेशलिस्टकडे डोळ्यांचं औषध नाही, असं कसं होईल?... हे काय आय-ड्रॉप्स इथंच आहेत! *(त्याला बाटली देतो.)* फक्त दोन थेंब टाका प्रत्येक डोळ्यात!... मी देऊ टाकून?

नवीन : नको. मी टाकतो.

(पक्या 'मेरी आँखोमे बस गया कोइ रे– मोहे निंद ना आये...' गुणगुणत निघून जातो.

नवीन आय-ड्रॉप्स डोळ्यात घालतो.

–एकदम त्याच्या डोक्यातून सणक गेल्यासारखे होते. सर्वत्र, जादूचा हिरवा प्रकाश पसरतो. विचित्र पार्श्वसंगीत ऐकू येते...)

नवीन : आई गऽ!... फुटलं माझं डोकं! आय-ड्रॉप्सच घातले ना मी डोळ्यात?– की सल्फ्युरिक ॲसिड? *(डोळे उघडून)* आहेत... शाबूत आहेत माझे डोळे! पण हे काय– घर फिरतंय्!... चक्करल्यासारखं... *(दिवाणावर अंग टाकतो.)*

(मंजूषा येते. अंगावर विरहिणीचा पोशाख. केस मोकळे.)

मंजूषा : काय झालं?... नवीन... झोपलास का असा? बरं वाटतंय ना?

(नवीन डोळे उघडतो. समोर मंजूषा दिसताक्षणीच त्याच्या मनात

एक अद्‌भुत भावना... 'जादू तेरी नजर' संगीताची लकेर.)

नवीन : आ:! परमेश्वराऽ... किती सुंदर! *(तिला मिठी मारतो.)*

मंजूषा : *(किंचाळते. त्याची मिठी सोडवण्यासाठी धडपडत)* सोड मला– सोड मला नवीन– मी नवनीत नाही! मंजूषा... मी मंजूषा...

नवीन : आहाहा... किती गोड नाव! मन्-जूषा!... आणि त्या नावाहूनही अधिक मन्-ओहारी रूप!... ही पारदर्शक कांती! हे हरिणासारखे डोळे– हे रेशमासारखे केस...

मंजूषा : तुझा काहीतरी गैरसमज होतोय् नवीन!... मी ती नव्हेच!

नवीन : तीच– तीच तू!... मेरे सपनोंकी रानी! मेरे प्यार की मलका!

मंजूषा : –पण आत्तापर्यंत तर तू नवनीतवर प्रेम करत होतास!

नवीन : पोरकटपणा– शुद्ध पोरकटपणा होता तो! आता मी अचानक परिपक्व झालोय. माझ्या लक्षात आलंय की नवनीतसारख्या नटव्या बाहुलीपेक्षा तुझ्यासारख्या बुद्धिमान मुलीशीच लग्न करून मी सुखी होईन!

मंजूषा : मी–? बुद्धिमान? *(हुंदके देत)* का माझी अशी कुचेष्टा आरंभलीयेस तू?

नवीन : ही कुचेष्टा नाही मंजूषा. हे प्रेम आहे– शुद्ध प्रेम!

मंजूषा : नवीन– आजवर मी तुला एक सभ्य माणूस समजत होते! तूदेखील माझा असा गैरफायदा घ्यावा?... प्रेमाशिवाय प्रतिष्ठा नाही हेच खरं. मला एकानं झिडकारल्यावर आता कुणीही उठावं, आणि माझ्या फिरक्या ताणाव्यात– *(रडत रडत बाहेर जाते.)*

नवीन : मी फिरक्या घेत नाहीये मंजूषा– मला तू खरंच जिवापाड...

(तिच्या पाठोपाठ जातो.)

(पक्या घाईघाईने येतो.)

पक्या : अरे देवा– डॉक्टरांनी सांगितलेलं, मंदारच्या डोळ्यात औषध घालायचं काम राहिलंच आहे अजून–

नवनीत : *(प्रवेश करून)* प्रकाश, हा इकडे आला होता?

पक्या : 'हा' कोण? हां– म्हणजे पूर्वी बायका 'हे' म्हणायच्या, तसं– नवीन ना?– त्याचे डोळे चुरचुरत होते... म्हणून डोळ्यात औषध घातलं... आणि चांगलं झोपून राहायचं, ते सोडून गेला भटकायला– बहुतेक सुरूच्या बनात!

नवनीत : तिथं शोधायचं म्हणजे कठीणच!– त्यातून आता काळोख पडायला लागलाय्! *(जाते.)*

पक्या : आता या मंदारला कुठं शोधायचं? *(जाऊ लागतो, इतक्यात मंदार*

येतो.) शंभर वर्ष आयुष्य आहे!

मंदार : काय झालं?

पक्या : पाहतो. असे जरा उजेडात या बघू.

मंदार : कशाला?

पक्या : डॉक्टर म्हणत होते... खरंच, जरा लाल दिसताहेत डोळे!– रडत नव्हता ना?

मंदार : मी रडणार?– दुसऱ्यांना रडवीन मी!

पक्या : साथीचे दिवस आहेत... केव्हा काय होईल, सांगता येत नाही!– डोळे येताहेत बहुतेक!

मंदार : हे त्या बदमाष नवीनचं काम! त्याला येत असणार डोळे–

पक्या : हो– आताच गेले ते, डोळ्यात औषध घालून!

मंदार : डोळे येताहेत, तर काळा गॉगल घालून एका कोपऱ्यात बसायचं, ते सोडून हा फिरतोय इकडेतिकडे!... मला नवनीतच्या डोळ्यांची काळजी वाटते– हा तिच्या डोळ्यात डोळे घालून बसला होता असणार समुद्रावर!

पक्या : जाऊ दे. तिची कशाला काळजी करता?– तुम्ही फक्त स्वत:ची करा!

मंदार : करावीच लागणार! माझ्याकडे अगदी टक लावून पाहात होता डामरट!– डोळे वटारून!

पक्या : डोन्ट वरी. मी औषध घालतो तुमच्या डोळ्यात... निजा, निजा.

(मंदार निजतो. पक्या औषध घालतो.)

...अखियनमे निंदिया आ जा री आ जा...

(पुन्हा मघाचीच 'जादू'. प्रकाशयोजना आणि संगीत तसेच.)

मंदार : *(किंचाळून)* ओय ओय ओय मेलोऽ... काय केलंस रे? डोक्यात नुसते घण बसताहेत!

पक्या : *(बावरून)* पण मी डोक्यात काही नाही घातलं!

मंदार : गेले रेऽ गेले माझे डोळे!

पक्या : थांबा– मिटूनच ठेवा. अजिबात उघडू नका. मी डॉक्टरना सांगतो!

(तो घाईघाईने वर जातो. मंजूषा घाबरून पळत यावे, तशी बाहेरून येते, आणि धाडकन दिवाणावर अंग टाकते. दुसऱ्याच क्षणी, शेजारी कुणीतरी पडलेले आहे, याची जाणीव होऊन उठून बसते. तिच्या चाहुलीने मंदारही उठून बसतो.

डोळे उघडतो... आणि... डोळे फाडफाडून तिच्याकडे पाहातच राहतो. 'जादू तेरी नजर' संगीताची लहर.

मंदारच्या अंगातून वीज गेल्याप्रमाणे होते. तो मंजूषाचे दंड धरून तिला आपल्या जवळ ओढतो.)

मंदार : मंजूषा– माय डार्लिंग! अशी जवळ ये ना!
(ती क्षणभर त्याच्या खांद्यावर मान टेकवते.)

मंजूषा : कधीपासून– याच क्षणाची वाट पाहात होते मी! *(मग एकदम बाजूला होऊन)* पण मंदार– हे घडतंय् ते... खरं... की स्वप्न?

मंदार : खरं ग माझ्या राणी– अगदी शंभर टक्के खरं!

मंजूषा : निदान, कधी नव्हे ते, तू माझ्याकडे पाहातोयस तरी!

मंदार : –आणि पाहातापाहाता माझं भान हरपतंय्!

मंजूषा : नको नको– भान हरपू देऊ नकोस. किंवा हरपलं असेल, तर परत भानावर येऊ नकोस. तसं झालं तर पुन्हा पूर्वीसारखं– पूर्वीसारखं कुठलं, मघासारखंच तुसडं वागायला लागशील!

मंदार : नाही ग– तुझ्यासारख्या स्वप्नसम्राज्ञीशी कोणी कसं तुसडं वागेल? तुझे हे बिलोरी डोळे, ही आरसपानी कांती, हे पोवळ्यासारखे ओठ–

मंजूषा : हे काय चालवलंयस मंदार?– ही कसली क्रूर चेष्टा?

मंदार : चेष्टा–? प्रेमाच्या उपासनेला तू चेष्टा म्हणतेस मंजू?

मंजूषा : *(शहारून)* मंजू?– आहा– तू मला मंजू म्हटलंस? *(आनंदाने डोळे मिटून घेते. मग एकदम जागे झाल्याप्रमाणे)* नाही– मी या थट्टेला फसता कामा नये! मलाही काही स्वाभिमान आहे!... आणि स्त्रीला गृहीत धरून, तिची क्षणात कुचेष्टा, तर क्षणात पूजा करायला, ती काही तुम्हा पुरुषांच्या हातातलं शोभेचं खेळणं नाही!

मंदार : कोण म्हणतं तुला खेळणं?

मंजूषा : नाही तर काय? तुझं झिडकारणं जितकं दुःखाचं, तितकंच हे प्रेमाचं नाटकही!... मला कळत नाही, तुम्ही साऱ्यांनी माझ्याविरुद्ध हा कसला कट रचलाय्?

मंदार : तुम्ही साऱ्यांनी... म्हणजे...

मंजूषा : म्हणजे थोड्या वेळापूर्वी नवीननं हाच प्रकार केला–

मंदार : म्हणतेस काय?

मंजूषा : त्याच्यापासून कशीबशी सुटका करून घेऊन मी धावतपळत इकडे आले, तर तू–

मंदार : या वेळेस तो बदमाश माझ्या हातून जिवंत सुटणार नाही! उसकी ये हिंमत! प्रत्यक्ष माझ्या प्रेयसीच्या अंगाला हात लावण्याचं धाडस–

थांब. आत्ताच्या आत्ता जातो, आणि त्या नालायक नवीनची हलकट हाडं मोडून ठेवतो... *(जातो.)*

मंजूषा : मंदार– मंदार, थांब...

(वरून पुंडलीक आणि त्यांच्या मागून पक्या घाईघाईने येतात.)

पुंडलीक : *(मंजूषाला)* बरं झालं, तू इथंच आहेस... पण मंदार कुठं गेला?

पक्या : मी त्यांच्या डोळ्यात औषध घातलं न् त्यांना झोपून राहायला सांगितलं!

मंजूषा : हो– पण उठल्याबरोबर, त्यानं मला पाहिलं न् तो एकदम माझ्या प्रेमात पडल्यासारखंच करायला लागला–

पुंडलीक : *(प्रचंड हर्षाने)* फॅ-न्टॅस्टिक! *(पक्या त्याच्याकडे चमकून पाहतो.)*

मंजूषा : *(उत्साहात)* मला चक्क प्रेयसी म्हणाला तो!

पक्या : *(हताशपणे)* म्हणजे तो तुला नवनीत समजला!

मंजूषा : नाही– मला मंजूषाच समजत होता तो! मंजूषा सुद्धा नाही– मंजू! *(लाजून)* होऽ... चक्क मंजू म्हणाला तो मला!

पक्या : म्हणजे डोळ्यांच्या औषधाचा त्याच्या डोक्यावर परिणाम झाला!

मंजूषा : काय कोण जाणे– पण सगळं अगदी जादू झाल्यासारखं झालं खरं!

पुंडलीक : *(घाईघाईने)* ठीक आहे, ठीक आहे! कशानं का असेना, तुला आनंद झाला ना?

मंजूषा : आनंद झाला दादा– पण एक प्रॉब्लेम आहे–

पुंडलीक : आता कसला प्रॉब्लेम?... तुला हवं तसंच वागला ना मंदार तुझ्याशी?

मंजूषा : हो दादा– पण त्याच्या आधी... नवीनदेखील अगदी तस्संच वागला! –माझ्याशी!

पुंडलीक : *(दचकून)* नवीन–? हे कसं शक्य आहे?

मंजूषा : कां? मंदार जसा माझ्या चाहुलीनं जागा झाला, तसाच इथं झोपलेला नवीनसुद्धा–

पक्या : *(गोंधळलेल्या पुंडलिकाला)* बरोबर सांगतेय् ती. नवीनदेखील डोळ्यात ड्रॉप्स घालून इथंच झोपला होता...

पुंडलीक : *(चमकून)* नवीन... आयड्रॉप्स– या बाटलीतले?

पक्या : मीच दिली त्याला बाटली!

मंजूषा : –कसली बाटली?

पुंडलीक : तुला नाही समजणार. आमच्या शास्त्रातला प्रॉब्लेम आहे तो!

पक्या : नजरेच्या विकारांचा! आम्ही बघतो काय करायचं ते. तू वर जाऊन आराम कर.

मंजूषा : दोन्ही बाजूंनी घोंगावणाऱ्या वादळात सापडलेली नाव आहे मी–

पक्या : थोडा वेळ काव्य नाही केलंस, तरी चालेल!

मंजूषा : *(उत्साहाने)* मी वर जाऊन कपडे बदलते... दोघे दोघेजण माझ्या प्रेमात असताना मी हा विरहिणीचा कॉस्च्यूम कशाला घालू? *(वर जाते.)*

पक्या : काय तरी सॉलिड गोची झालीये!

पुंडलीक : गोची नाही. जादू झालीये... नजरेची जादू! *(लिमलेट खातो.)*

पक्या : अलंकारिक बोलू नका.

पुंडलीक : अलंकारिक नाही रे बाबा. खरोखरीचं सांगतोय्. इट इज मॅजिक– सिम्पली मॅजिक! जा-दू!... एका अवलियानं मला जादूची मुळी दिलीये. पाच हजाराला.

पक्या : पाच हजारांची मुळी? क्रॉफर्ड मार्केटात...

पुंडलीक : क्रॉफर्ड मार्केटातली नाही ही. हिमालयातली आहे!– तिचा अर्क आहे या ड्रॉप्समधे. फक्त दोन ड्रॉप्स घातले, की माणूस समोर दिसेल तिच्या प्रेमात पडतो!

पक्या : बोगस!

पुंडलीक : तुला कसं ठाऊक त्याचं नाव?

पक्या : माझा नाही या प्रकारावर विश्वास बसत. डोळ्यात ड्रॉप्स घातले की माणूस समोर येईल तिच्या प्रेमात– माय गॉड, इथं तसंच झालंय्.

पुंडलीक : येस– इट हॅज वर्कड्. मुळीच्या जादूनं आपला प्रभाव दाखवलाय्.

पक्या : एकदा सोडून, दोनदा!

पुंडलीक : तो गद्ध्या तुझा मूर्खपणा!– मी फक्त मंदारच्या डोळ्यात औषध घालायला सांगितलं होतं. नवीनला का दिलंस?

पक्या : तुम्ही मला विश्वासात घ्यायला हवं होतं!

पुंडलीक : जादू प्रत्यक्षात येईपर्यंत मला तिची पब्लिसिटी करायची नव्हती. मला काय माहीत, तू असा जादापणा करशील–

पक्या : कमॉन– एवढं अपसेट होण्याची गरज नाही. प्रत्येक औषधाला अँटीडोट असतोच. या मुळीचा परिणाम घालवणारी दुसरी मुळी असेलच!

पुंडलीक : ती रात्री मिळायचीये... पैसे दिल्यावरच!

पक्या : तोपर्यंत त्या दोन बोकडांना आवरलं, न् या शेळीला खोलीबाहेर पडू दिलं नाही, की झालं!

पुंडलीक : –आणि नवनीतचं काय?

पक्या : तिला विश्वासात घेऊन सगळं सांगितलं तर–?

पुंडलीक : –तर तिचा बाप मला प्रॅक्टिस बंद करायला लावेल!– नजर चलाखी करणारा भोंदू बुवा म्हणून मला पोलिसात देईल!... हंऽऽ कोण

सोडवणार आता हा प्रॉब्लेम?

पक्या : नेहमी कोण सोडवतं प्रत्येक प्रॉब्लेम?... मीच ना?

पुंडलीक : हो– आणि त्यासाठी प्रॉब्लेम तयार कोण करतं?... तूच ना?

पक्या : डोन्ट वरी. मी काढतो काहीतरी आयडिया!

पुंडलीक : –म्हणजे नव्या प्रॉब्लेमला आमंत्रण! *(जातो.)*

पक्या : *(प्रेक्षकांना)* जादू–! ग्रेट यार! अलीकडे जादू बिदू असलं काही होत नाही– त्यामुळे आयुष्य एकदम अळणी होऊन गेलंय्! हे विज्ञानवाले ज्या त्या गोष्टीचं एकदम स्पष्टीकरण देऊन टाकतात ना– त्यामुळे कल्पनेला काही वावच उरत नाही... वर्तमानपत्रात अधून मधून चिल्लर चमत्कार वाचायला मिळतात... काळ्या बाजारात सिनेमाची तिकिटं विकणारा कोणी पाच वर्षांत कोट्याधीश मंत्री झाला– चमत्कार! परमेश्वरी कृपा!... कोणी शेकडो माणसांसमोर खून पाडला, पण एकही पुरावा मिळाला नाही– चमत्कार! दैवाची लीला!... असलं काहीतरी नेहमी पेपरात येतं; पण रीतसर जादू– रिअल मॅजिक अशी कधीच होत नाही... आणि आता अचानक–

(गातो. कोरस येतो आणि त्याच्याबरोबर गाऊ नाचू लागतो.)

पक्या+कोरस :

जादूऽऽ

जादू खरीखुरी जादू
जादू पुरी नवी जादू
जादू नवलाची जादू
जादू कमालीची जादू

जादूऽऽ

मती गुंग करी जादू
भव्य उत्तुंग ही जादू
जादू नजरेचा मंत्र
जादू खरीच विचित्र

जादूऽऽ

जादू कुणी ना पाहिली
जादू कधी ना घडली
जादू स्वर्गातून आली
जादू पाताळी चालली

जादूऽऽ

जादू नवा साक्षात्कार
नजरेचा चमत्कार
जे जे कुरुप असार
जादू करते सुंदर

जादूऽऽ

जादू जिण्याचा आकार
जादू जगाचा आधार
जादू जादूला उतारा
जीव जादूमय सारा

जादूऽऽ

(कोरस अतिशय वेगाने, अध्येमध्ये जादूचे प्रयोग केल्यासारखे करीत, उड्या मारीत, आवेगाने, ऊर्जा वापरून नाचतो. सारे वातावरणच भारल्यासारखे होते...)

पक्या : फँटॅस्टिक!
(त्याच्या या उद्‌गाराबरोबर नाच खाडकन थांबतो. कोरस उड्या मारीत निघून जातो.)
बाप रे! कसली फँटॅस्टिक आयडिया सुचलीये! प्रकाशराव, आपण मानतो तुम्हांला!... तूचि डोकेबाजिचा महामेरू! तूचि अकलेचा सागरू! युक्तीस तुझ्या सादरू! वंदू श्रीप्रकाऽशा।।... *(थांबून, मांडामांड करीत)*– हे डॉक्टर पुंडलीक! *(फ्लॉवरपॉट मांडतो.)*– हे प्रेमात पडायला– अर्थात माझ्याच फूस लावणीमुळे– तयार!... या पूर्वा मॅडम! *(पेपरवेट मांडतो.)* अजून अनिश्चित शीर्ष लटपटीत– थोडक्यात, डाऊटफुल!... तेव्हा, पूर्वा मॅडमच्या डोळ्यात घालायला हवेत आयड्रॉप्स– आणि त्यांच्यासमोर उभं करायला हवं डॉक्टरना, की बस्स्– जादूऽऽ!– चला, आता याच मंगलकार्याला लागावं!
(तोंडानं सनईची धून वाजवत जातो. नवीन येतो. त्याच्या पाठोपाठ नवनीत.)

नवीन : *(हाका मारीत)* मंजूऽ ए मंजूऽऽ

नवनीत : तू हे चालवलंयूस काय नवीन? बीचवरून घरी आल्यापासून तू एकसारखा मला टाळायला पाहातोयूस!... बीचवर तर किती रंगात आला होतास! माझं गुणवर्णन करायला तुला शब्द पुरे पडत नव्हते!

नवीन : आता एकच शब्द– पुरे!

नवनीत : एवढ्यातल्या एवढ्यात तुला झालं काय? कहाण्यांमध्ये असतं, तसं तुला समुद्रतीरावरच्या एखाद्या भुतानं झपाटलं, की सुरूच्या बनात तुझ्यावर कोणी करणी केली?

नवीन : कुणाच्या करणीनं ते माहीत नाही, पण माझे डोळे खाडकन् उघडले खरे! माझ्या एकदम ध्यानात आलं, की मी तुझ्याशी लग्न करण्यात मोठीच चूक करतोय्!

नवनीत : *(धक्का बसून)* माझ्याशी लग्न– ही चूक?

नवीन : नाहीतर काय? आपण एकमेकांना बिलकुल मॅच होत नाही!

नवनीत : *(अजूनही धक्क्यातून न सावरलेली)* ... हा साक्षात्कार... तुला अचानक झाला?– जादू व्हावी तसा?

नवीन : करेक्ट. साक्षात्काराचा क्षण जादूचाच असतो!

नवनीत : –पण आता मी काय करायचं?

नवीन : उद्या सकाळी मुंबईला परत जायचं... ठरल्याप्रमाणे गुरुवारी मंदारशी एंगेजमेंट करून टाकायची– आणि मंदारशीच लग्न करायचं!

(मंदार धावत आत येतो.)

मंदार : साल्या–! तू कोण रे माझं लग्न वाट्टेल तिच्याशी लावून टाकणारा?

नवीन : वाट्टेल तिच्याशी?– अरे तूच तर जाहिरात करत होतास ना तुझ्या नवनीतवरच्या प्रेमाची?... मग? आता ती तुझीच आहे! ऑल युवर्स!

मंदार : वा रे वा– माझी काय म्हणून? तू तिला पळवून इथं आणलीस ना? मग ती तुझीच–

नवनीत : *(भयंकर संतापून)* तुम्ही हे चालवलंय् काय? मी काय एखादी निर्जीव वस्तू आहे का, अशी, तू घे, मी घे करायला?

नवीन : सॉरी नवनीत– तू एक अत्यंत सजीव स्त्री आहेस– पण आता तुझा माझा संबंध उरलेला नाही!

नवनीत : परमेश्वरा!– असं कसं याचं अचानक डोकं फिरलं? *(रडू लागते.)*

नवीन : आता मला फक्त मंजूषा आणि मंजूषाच–

मंदार : बेशरम!– मंजूचं नाव घेतोस? आणि तेही दोनदोनदा? *(त्याची मानगूट पकडतो.)*

नवीन : अंगाला हात लावशील तर बघ!– असभ्य मवाली!

मंदार : मी असभ्य?– आणि दुसऱ्याच्या प्रेयसीच्या अंगावर हात टाकणारा तू– सभ्य?

नवीन : कोण दुसऱ्याची प्रेयसी? मंजूषा माझी आहे, समजलास?

नवनीत : *(चकित)* नवीन?– काय बडबडतोय्स तू? *(हाका मारीत)* मंजूषाऽऽ मंजूषा लवकर ये–
(मंजूषा धावत खाली येते.)

मंजूषा : काय झालं?

नवनीत : अग हे बघ–

मंदार : *(नवीनला)* थांब– तुला जन्माची अद्दल घडवतो– *(त्याच्या अंगावर धावून जातो.)*

नवनीत : मंदार– नवीन– पुन्हा लागलात समुद्रावर केलं होतंत तसं करायला? व्हा पाहू बाजूला– *(मधे पडून मारामारी सोडवण्याचा प्रयत्न करते.)*

नवीन : *(तिला बाजूला करीत)* परस्त्रीनं मध्ये पडायचं काम नाही!– उगाच विनयभंग व्हायचा!

नवनीत : कोण परस्त्री?– मी?

(नवीनच्या अंगावर धावून जाते. यावेळी मंदार तिला बाजूला करतो. इतक्या जोराने, की ती तोल सुटून लांब जाऊन पडते. किंचाळते. मंजूषा तिच्याकडे धाव घेते.

नवीन आणि मंदार आता मारामारीच्या ऐन भरात. कधीपासूनचा, एकमेकांवरचा तुंबलेला राग ते बाहेर काढताहेत. मारामारी करीतच ते बाहेर जातात...

मंजूषा कुतुहलाने त्यांच्या मागोमाग दारापर्यंत जाते. मग, विव्हळणाऱ्या नवनीतविषयीचे कर्तव्य लक्षात येऊन, तिथेच थांबते, पण एक डोळा, बाहेर चाललेल्या मारामारीवर ठेवते.)

नवनीत : मेले ग बाई मीऽ केवढ्यानं ढकललंऽ... माझी कंबर– कंबर लचकली– उभंसुद्धा राहता येत नाही गऽ मला...

मंजूषा : पण कशासाठी एवढे हातघाईवर आलेयृत ते?

नवनीत : अग डोकी फिरलीयेत दोघांचीही. तासाभरापूर्वी बीचवर भांडत होते माझ्यावरून!... आणि आता वेडपट, मारामारी करताहेत, तुझ्यावरून!

मंजूषा : अय्या माझ्यावरून? *(आनंद कसा लपवावा, ते कळत नाही!)* म्हणजे खरंच आहे तर त्यांचं माझ्यावर प्रेम!... मला वाटत होतं, नुसती थट्टा!

नवनीत : अग थट्टाच असणार!... आई आई गऽ... नाहीतर प्रेम काय असं तासातासाला बदलतं?

मंजूषा : *(बाहेर पाहत)* अय्या मंदारनं नवीनचा जबडा आवळला!... छान वाटतं नाही ग पुरुष असे आपल्यावरून लढताना पाहून?... पहिल्यांदाच येतोय् मला हा अनुभव!... आई गऽऽ नवीन कस्सले ठोसे हाणतोय्

मंदारच्या पोटात!... मंदाऽर– सोडू नकोस त्याला! हाय् शाब्बास!

नवनीत : अशी काय जादू केलीस ग तू त्यांच्यावर?... मला नव्हती बाई कल्पना की तुला करणीबिरणी करता येत असेल...

मंजूषा : करणी? मला करणी करता येत असती, तर मी इतके दिवस मंदारला तुझ्या मागे मागे फिरू दिलं असतं का?... दोघे लोळताहेत आता लॉनवर! आणि मंदार नवीनची मान–

नवनीत : *(चिडून)* तू जरा तुझी रनिंग कॉमेंट्री थांबवशील का?... आई आई गऽ माझी कंबर!... मेल्या पुरुषांचा स्वभाव हा असाच! केव्हा मन बदलेल– सांगता नाही येणार!

मंजूषा : फार लवकर लक्षात आलं! पूर्वी त्यांचा हा लाळघोटेपणा, तुला स्वत:चा गौरव वाटायचा! आपण मोठ्या सुंदर, असा गर्व होता ना तुला?

नवनीत : कुजकीऽ!– माझ्या रूपावर जळतेस तू! सूड म्हणून माझा प्रियकर हिरावून घेतलास!

मंजूषा : दमले बिचारे! पडले लॉनवर! *(एकदम किंचाळून)* अय्याऽऽ मंदार परत उठला!– काय स्टॅमिना आहे त्याचा!... छातीवरच बसलाय एकदम नवीनच्या! *(ओरडत)* लगाऽव लगाऽव!

नवनीत : माझ्या नवीनला मारायला सांगतेस– दुष्ट! *(तिचे केस पकडते.)*

मंजूषा : अग आई गऽ– त्यांनी तुला सोडलं, याचा राग माझ्यावर काढतेस? *(तिच्या फाड फाड मुस्काटात मारते.)*

नवनीत : मला कमी समजू नकोस! *(तिची मानगूट पकडते.)*

(पक्या येतो. त्याच्या पाठोपाठ पुंडलीक.)

पक्या : हां– होऊन जाऊ दे! आणखी... आता तुझी पाळी!

पुंडलीक : पक्या–! गद्ध्या त्यांची फाइट सोडवायची, तर उलट त्यांना चिअर अप काय करतोय्स WWF च्या प्रेक्षकासारखा?... मंजू हात आवर! नवनीत– खूप झालं! बसा आता दोघी शांत!

नवनीत : पण मला कळलंच पाहिजे हिनं माझ्या नवीनला काय केलं ते!

मंजूषा : मी कुठं काय केलं? हिचा आटा सरकलाय् दादा! हिनंच त्याला–

पुंडलीक : बरं बरं– कोणी कोणाला काय केलं, ते नंतर पाहू. पक्या– ते दोघे बघ कुठं आहेत–

मंजूषा : इथंच आहेत ते! लॉनवर मारामारी करत होते आत्तापर्यंत!

पुंडलीक : वाट लावली असणार माझ्या लॉनची!

मंजूषा : –आणि मंदारच जिंकला शेवटी!... नवीनला पार लोळवलं त्यानं– त्याला बहुतेक हात देऊन उठवावं लागेल हं प्रकाश!

नवनीत : *(दात-ओठ खाऊन)* – बिच!

पक्या : लॉनजवळच्या दारानंच आत घेऊन जातो त्यांना. *(जातो.)*

नवनीत : मी उद्या सकाळीच मुंबईला परत जाते. इथं राहून आणखी अपमान करून घ्यायचा नाही मला!

मंजूषा : फुकटच्या गर्वाचा असाच शेवट होणार!

पुंडलीक : आता नको ते परत! तुम्ही दोघी वर जाऊन शांत पडा... दोघी एकाच खोलीत नको–

नवनीत : माझं अडलंय् हिच्याबरोबर एकाच खोलीत राहायला!

मंजूषा : मी तर जन्मात हिचं तोंड पाहाणार नाही!
(दोघीही जातात.)

पुंडलीक : बिच्चाऱ्या! चांगल्या मैत्रिणी– पण आज त्यांच्यात शत्रूत्व आलं! कशामुळं?– प्रेमामुळं! दोघीही गुणी मुली– पण एकमेकींचे वाभाडे काढताहेत! कशामुळं– प्रेमामुळं! म्हणे जग चालतं प्रेमामुळं!... मी तर म्हणतो, ते थांबतं, अडखळतं, एकेकदा तर कोलमडून पडतं... कशामुळं?– प्रेमामुळं!

हे प्रेम नसतंच जगात तर
झालं असतं सारं सोप्पं
कुणी भुललं नसतं, कुणी फसलं नसतं
जग चालतं आपोआप

हे प्रेम नसतंच जगात तर
कां धरलं असतं कुणि वैर
कुणी चिडलं नसतं, कुणी रडलं नसतं
कुणी वागलं नसतं गैर

हे प्रेम नसतंच जगात तर
तर मित्र न धरते दावा
कुणी चकवलं नसतं, ठकवलं नसतं
नसता पळवला ठेवा

पण हाय रे हाय– प्रेम हाय
या जगात ते हायच हाय!

तेव्हा कितीही झालं, जरि काहीही झालं
कसं राहावं प्रेमाशिवाय?

हाय!

(सुस्कारा सोडतो. लिमलेट तोंडात टाकतो.)

पक्या : *(बाहेरून येऊन)* सगळी ॲरेंजमेंट केली. त्या दोघा लढवय्यांना मायनर ड्रेसिंग करून दिलं. जखमांवर डेटॉल लावलं. डोळ्यांना बर्फ लावला. टेबलवर प्रेमाचा विषय काढायचा नाही, या अटीवर ड्रिंक्स दिली... आता पुढचं सगळं– तुम्ही बघा!

पुंडलीक : थँक्यू डिअर पक्स... कधीकधी करतोस घोडचुका! तरी आहेस तू आदमी कामका! *(जातो.)*

पक्या : शुअर, मै हूँ आदमी कामका!– आणि एक महत्त्वाचं काम अजून बाकीच राहिलंय्! *(पूर्वा येते. तिला पाहून आनंदाने)* याऽ या पूर्वा मॅडम!– इतका वेळ होता कुठं?

पूर्वा : जरा गावात फिरून आले! म्हटलं, सगळी प्रणयी जोडपी गेलीयेत समुद्रावर!– तिथं आपण कशाला जा?

पक्या : का?– तुम्ही कल्पनेतसुद्धा स्वत:ला प्रणयिनी समजू शकत नाही?

पूर्वा : शीऽ– प्रणयिनी काय? असल्या स्टुपिड रोमँटिक आयडियाज मला अगदी गिळगिळीत वाटतात... आपण कुणाच्या प्रेमासाठी तहानलेले आहोत, अशी कल्पनासुद्धा नाही मी करू शकत.

पक्या : मला काय वाटतं सांगू का मॅडम? तुमच्या मनात... आत... खोलवर... प्रेम आहे– पण तुम्ही ते दडपून टाकलंय्. कां?– तर तुम्हाला वाटतं की, प्रेम म्हणजे भावनावश होणं– प्रेम म्हणजे सेंटिमेंटॅलिटी– प्रेम म्हणजे रडारड!

पूर्वा : बस–? संपलं तुमचं सायकोॲनालिसीस?

पक्या : नाही– एक राहिलंय्– ऐका. तुम्हाला भीती वाटते की, प्रेमात आपल्याला नकार येईल, दु:ख येईल! त्याला तुमच्या मनाची तयारी नाही!– नकाराला, पराभवाला. म्हणून तुम्ही प्रेम ही कल्पनाच नाकारताय्... तुमच्या या आक्रमक, उग्र, भांडकुदळ अवतारामागे एक छोटी मुलगी दडलीये. प्रेमाला आसुसलेली, पण प्रेम करायला घाबरणारी!

पूर्वा : *(उपरोधाने टाळ्या वाजवीत)* ॲमॅटर सकाइट्री! – कॉरस्पॉन्डन्स कोर्स... की नाइट क्लासेस?

पक्या : डोन्ट वरी. प्रत्येक गोष्ट काळानं बदलते. तुम्हीसुद्धा आज ना उद्या प्रेमात पडाल आणि आनंदी व्हाल!

पूर्वा : मी आत्ताच पूर्ण आनंदात आहे. त्यासाठी प्रेमात पडायची गरज नाही!

पक्या : –ते काळच ठरवेल! *(एकदम दचकल्यासारखं करून)* तुम्ही आत्ता डोळे चोळलेत का?

पूर्वा : नाही. कां बरं?

पक्या : मग– चुरचुरताहेत का ते?

पूर्वा : अजिबात नाही! *(अस्वस्थ होऊन)* मध्येच हे काय काढलंत?

पक्या : लाल झालेयूत तुमचे डोळे!

पूर्वा : काल पुंडलीक म्हणत होता, गुलाबी झालेयूत!

पक्या : डोळ्यांबद्दल म्हणत होता, की गालांबद्दल?

पूर्वा : झाला तुमचा चावटपणा सुरू?

पक्या : –साथ आहे!... चावटपणाची नाही, डोळ्यांची! काळजी घ्यायला हवी तुम्ही!... आयड्रॉप्स घालत जा!

पूर्वा : आहेत का इथं आयड्रॉप्स?

पक्या : *(उत्साहाने बाटली देत)* या काय– तयारच ठेवल्यात आम्ही इमर्जन्सीसाठी!... दोन दोन ड्रॉप्स प्रत्येक डोळ्यात घाला– आणि शंभर आकडे साऽवकाश मोजून होईपर्यंत डोळे बंद ठेवा!– उघडाल तेव्हा नजर एकदम साफ असेल! नव्या नजरेनं जगाकडे बघाल!

(ती आय-ड्रॉप्स डोळ्यात घालते. तो 'डॉक्टर-डॉक्टर' अशा हाका मारीत पळत सुटतो...)

पूर्वा : आई गऽऽ अगाई गऽ मरतेऽ

(जादू झाल्याची प्रकाशयोजना, आणि संगीत. क्षणभर मिट्ट काळोख. –मग चमकन् लख्ख प्रकाश पडतो. समोर बोगस.)

बोगस : गुड इव्हनिंग, डिअर लेडी!

(पूर्वा डोळे उघडते... बोगसला पाहाते. कुठेतरी काही तरी फुटल्यासारखा खळ् आवाज. 'जादू तेरी नजर' संगीत.)

पूर्वा : डाऽर्लिंग! *(धावत जाऊन बोगसला मिठी मारते.)*

बोगस : *(दाढी तिच्या चेहेऱ्यावरून बाजूला करीत)* चमत्कार वाटतोय् ना हा, प्रिये?

पूर्वा : होय नाथ. प्रेम हा एक चमत्कारच असतो!
(पुंडलीक घाईघाईने प्रवेश करतो.)

पुंडलीक : *(त्या दोघांना पाहून कपाळावर हात मारीत)* सत्यानाश!... पूर्वा– हे काय झालं?

पूर्वा : कॉन्ग्रॅच्युलेट मी डॉक्टर पुंडलीक. आयुष्यभर मी ज्याच्या शोधात होते, तो माझा आदर्श पुरुषोत्तम मला अखेरीस सापडला!

पुंडलीक : हा– हा कळकट माणूस तुझा पुरुषोत्तम? डोन्ट बी अ फूल, पूर्वा!

पूर्वा : फूल मी या आधी होते पुंडलीक. जेव्हा प्रेमावर माझा विश्वास नव्हता– तेव्हा! पण त्यात माझी काय चूक? मला कसं कळावं, की माझ्या स्वप्नातसुद्धा न येणारा राजकुमार मला कधीतरी भेटेल आणि माझा जीवनसाथी होईल?

पुंडलीक : हा–? तुझा जीवनसाथी?– अग त्याचं थोबाड बघ एकदा. असल्या या किळसवाण्या प्राण्याबरोबर तू एक ताससुद्धा काढू शकणार नाहीस! *(बोगस हसतो. त्याच्यावर ओरडून)* –हसता काय?

पूर्वा : *(अत्यंत गोडपणे)* प्लीज डार्लिंग– डॉक्टर रागात आहे; त्यांचं बोलणं मनावर नाही हं घ्यायचं!... आणि पुंडलीक, तुला मी 'रीडर्स डायजेस्ट' मध्ये वाचलेला एक गोल्डन थॉट सांगते. 'लव्ह इज ब्यूटी, अँड ब्यूटी इज लव्ह'– प्रेम कुरुपातल्या कुरुपालाही सुंदर बनवतं. मग हा तर काय– आधीच मदनासारखा सुंदर आहे!

पुंडलीक : सुंदर?– हा दाढीवाला गद्धा सुंदर दिसतो तुला? डोळे फुटलेत तुझे!

पूर्वा : प्रत्यक्ष डोळ्यांच्या डॉक्टरनं असं धडधडीत खोटं विधान करावं ना? आणि तेदेखील तपासणीसुद्धा न करता?– डोळे फुटले?... उलट आज माझे डोळे पुरते उघडलेय्त. माझी नजर साफ झालीये– मला प्रेमाचं महत्त्व कळलंय्! अंजन– अंजन गेलंय् माझ्या डोळ्यात!

बोगस : *(हसत, बाटली दाखवून)* हे अंजन! *(पक्या येतो.)*

पुंडलीक : माय गॉड– हे तू डोळ्यात घातलंस?

पूर्वा : तुझ्या पक्यानंच सांगितलं मला!

पुंडलीक : तू–? पक्या– तू सांगितलंस?

पक्या : अत्यंत पवित्र आणि उदात्त हेतूनं, डॉक्टर... त्यांना हे औषध देऊन मी तुम्हालाच नाही का पाठवलं त्यांच्या नजरेला पडण्यासाठी?

पुंडलीक : *(भयंकर संतापून)* मूर्खा– बेअक्कल गधड्या– आणखी किती गोंधळ करून ठेवणारेस तू, तुझ्या पवित्र आणि उदात्त हेतूपायी?

पक्या : पण मला काय माहीत हा दाढीवाला नेमका त्याचवेळी–

पूर्वा : बोगस डार्लिंग, मी आलेच हं माझी बॅग घेऊन! *(जाते.)*
(बोगस मोठमोठ्याने हसतो.)

पुंडलीक : मिस्टर बोगस– मुळी नंबर दोन! आत्ताच्या आत्ता मुळी नंबर दोन द्या!

बोगस : –आधी नंबर एकचे पाच हजार!

पुंडलीक : नराधमा– हा घे चेक! लिहून तयार ठेवलाय्!

बोगस : ओके– हा बँकेत वटला, की मग मुळी नंबर दोन!

पुंडलीक : आणि तोपर्यंत काय मी पोलीस लॉकपमध्ये राहू? तुम्हाला काही भावना–

बोगस : भावना आणि व्यवहार यांची गल्लत मी करीत नाही!

पुंडलीक : *(भिंतीलगतच्या फडताळातून नोटांचे एक बंडल काढून रागाने आपटून)* घ्या–

बोगस : थँक यू. पहिल्या मुळीची किंमत पोहोचली... तिचा गुण पाहताच आहात तुम्ही!

पुंडलीक : –दुसरी मुळी कुठाय्?... कमॉन– दुसरी मुळी–

बोगस : दुसरी मुळी नाहीचेय मुळी!

पुंडलीक : *(धक्का बसून)* काय? दुसरी मुळी नाहीये?

बोगस : हं. गिऱ्हाईकानं पैसे देण्यात काचकुच करू नये, म्हणून त्याला फक्त हे आमिष–

पुंडलीक : *(उसळून)* ही सरळसरळ बनवाबनवी झाली! तुमच्याविरुद्ध चीटींगची केस–

बोगस : करता आली, तर खुशाल करा!– पण मला नाही वाटत स्वत: जादूच्या आधारानं दुसऱ्यांच्या प्रेमात ढवळाढवळ करणाऱ्या चीटची चीटिंगची तक्रार पोलीस रजिस्टर करतील!– त्यापेक्षा मला विसरून जा, आणि पाच हजार कॅश कुठल्या खात्यावर दाखवायचे, याचा विचार करायला लागा!

पुंडलीक : रास्कल! स्काउंड्रल!

बोगस : एका अत्यंत प्रामाणिक माणसाला या शिव्या देताय् तुम्ही! मी तुम्हाला मुळी दिली– तुम्ही तिची किंमत चुकती केली!... मी आधी प्रॉमिस केलं, ते काम मुळीनं चोख पार पाडलं! यात मी कसली फसवणूक केली?... आम्ही फसवणूक करूच शकत नाही डॉक्टर! आमच्या कैलासवासी हिमालयवासी परमपूज्य पिताजींच्या आत्म्याला

क्लेश नाहीत का होणार त्यामुळं?

पक्या : कशाला पीळ काढताय राव?... परिणाम उलटवणारी मुळी असली, तर द्या की– तिचे वेगळे पैसे द्यायला आम्ही तयार आहोत! *(चुचकारत)* हं! द्या मुळी– द्या– *('जा मुली जा'च्या चालीवर)* द्या मुळी द्या–

बोगस : शहाणेच आहात! पहिला परिणाम उतरवणारी मुळी तुम्हाला देऊन मी काय स्वत:च्या पायावर धोंडा पाडून घेऊ? मला जन्मात कधीच बाई मिळाली नव्हती– आणि अशी देखणी डॉक्टरीण बाई तर नाहीच नाही!– ती चांगली आपणहून माझ्या प्रेमात पडली असताना–

पुंडलीक : *(बोगसच्या अंगावर धावून जात)* बोग्या निलाजऱ्याऽऽ

(पक्या पुंडलीकला बाजूला करतो. बोगस हसतो. पूर्वा हातात बॅग घेऊन येते.)

पूर्वा : चल डार्लिंग– आय ॲम रेडी. माझ्या कारमधून आता आपण, तू म्हणशील तिकडे जाऊ!

पुंडलीक : हा काय वेडेपणा पूर्वा!... तू निघालीस कुठं?

पूर्वा : बोगी डार्लिंगच्या बरोबर... तो म्हणेल तिथं!

पुंडलीक : अग हे खरं नाही... ही जादू आहे– नुसता भ्रम!– तू या बदमाष लफंग्याबरोबर या घराच्या बाहेर पाऊल टाकलंस, तर पस्तावशील!

पूर्वा : असल्या नाटकी धमक्या द्यायला तू काय स्वत:ला माझा पालक समजतोस? मी कुठंही जायला, कुणाबरोबरही जायला स्वतंत्र आहे, समजलास... चल बोगी! *(दोघे जाऊ लागतात.)*

पक्या : एक मिनिट मिस्टर बोगस– जाताय् तर जा– या बाईंनाही बरोबर घेऊन जा!– पण जाण्याआधी स्कॉचचा एखादा पेग–?... तुमच्या या मुळीच्या प्रतापाचं सेलिब्रेशन नाही का करायचं?

पुंडलीक : पक्या– तुला काही कॉमन सेन्स? प्रसंग कुठला, आणि स्कॉचचा आग्रह काय करतोय्स?

पक्या : वा वा– आपल्याकडे आलेल्या पाहुण्याला तसंच कोरडं जाऊ द्यायचं?

बोगस : नॉट अ बॅड आयडिया ॲक्च्युअली. पण एकच हं!– स्मॉल वन! मला फार वेळ नाही!

पक्या : *(खोलीकडे हात करून)* इथंच बसलेयृत ते पीत. प्लीज जॉईन देम. अँड यू कॅन हेल्प युअरसेल्फ!

पूर्वा : *(उत्साहाने)* बोगू डिअर– मी तुझं ड्रिंक बनवणार! स्कॉच ऑन द रॉक्स– राइट?

बोगस : राइट. पण स्वीटहार्ट– तूदेखील घ्यायला हवंस. माझ्याच ग्लासमधून... *(खिदळतो.)*

पूर्वा : नॉटीऽ! *(हसते.)* पण आज मी तुला कशालाच नाही म्हणू शकत नाही!... खरं नाऽ?

पुंडलीक : तुला गरज नाही प्यायची पूर्वा. तू आधीच नशेत आहेस!

पूर्वा : डोन्ट बी नास्टी, पुंडलीक. माझ्या आनंदाचा हेवा वाटतोय् ना तुला?– हाउ मीन! *(गात)* उठाओ ये जाम, कि ऐसे– पीते पिलातेही– रहनेकी राऽत आऽयीऽऽ *(दोघे जातात.)*

पुंडलीक : अशक्य! अशक्य आहे हिचे हे थेर बघणं– आणि सहन करणं! अरे ही बाई होती काय– आणि तिचं झालं काय?... आणि तू! तुझं डोकं ठिकाणावर आहे ना? त्या अधमाधमाला थांबवून का घेतलंस?

पक्या : –त्यानं जाऊ नये म्हणून! विचार करा डॉक्टर– एकदा तो निघून गेला, की आपण काय करू शकतो?– काहीच नाही!

पुंडलीक : –नाही कसं? त्या दोघांच्या लग्नपत्रिकेची वाट बघू शकतो!– डॉक्टर पूर्वा वेड्स लोफर बोगस!– वाट लागली! कसं शुद्धीवर आणायचं तिला?... तो डांबिस तर म्हणतो, की दुसरी मुळी नाहीच!... प्रलय– प्रलय झाला!... जगबूड व्हायची वेळ आली!... विजेचा आघात–

पक्या : आता हवामानाचे अंदाज सांगून काय होणारेय्?

पुंडलीक : नाहीतर काय करू? पूर्वाचा न् नवीनचा, दोघांचेही प्रेमरोग विकोपाला गेलेय्त– आता त्यावर औषध काय?

पक्या : प्रेमावर औषध एकच!– लग्न! एकदा का संसार सुरू झाला, की प्रेमबिम छूऽऽ!... स्वानुभवावरून सांगतो. लग्नाआधी माझी प्रेयसी मला दिवसरात्र बिलगून असायची. फक्त बाथरुमपुरतं एकटं सोडायची. आता लग्न न् तीन मुलं झाल्यानंतर– रात्री बाराला घरी गेलं, तरी म्हणते– आज लौकर कसे आलात?

पुंडलीक : अच्छा! म्हणून पूर्वेच्या त्या नर्समध्ये इंटरेस्ट! कोण ती– चंद्रकला का सूर्यकला!

पक्या : हॅं– ती फक्त कलेसाठी कला! टाइमपास! जीवनासाठी कला मात्र बायकोच! मी सांगतो तुम्हाला– लग्नानं प्रेमबिम झट् सगळं दुरुस्त होतं!

पुंडलीक : तुला काय म्हणायचंय?– या सर्वांचे दृष्टिदोष बरे व्हावेत, यासाठी या मंजूषाचं त्या दोघांशी, आणि पूर्वाचं बोगसशी लग्न लावून द्यावं?– मॅऽड!... छे बुवा– काय करावं, तेच कळेनासं झालंय्!

कळेना कुणी काय कैसेऽ करावे कळेना
मिळेना मुळी हाय मायाऽविनी ती मिळेना

कोरस : *(प्रवेश करून)* कळेना कुणी काय कैसेऽकरावे कळेना
मिळेना मुळी हाय मायाऽविनी ती मिळेना

पुंडलीक : ना प्रेमिकांनो– जाणे फुशारून
व्हा, मूर्खजनहो, जागे भ्रमातून
परि हेच भलते! आभासनाते
तुटावेऽ कसे आकळेना

कोरस : कळेना!
कळेना कुणी काय कैसेऽ करावे कळेना

पक्या : *('मनाच्या श्लोकां'च्या चालीवर)*
उगा त्वां जिवाला न लावून घ्यावे
सदासर्वदा आजूबाजू बघावे
विचारी मना तूंचि शोधोनि पाहे
जनी संगती हाच अपवाद आहे
(चाल बदलून)
सारे विसंगत! संसार असती
कुणाचीऽ ही जोडी जुळेना

कोरस : जुळेना–!
कळेना कुणी काय कैसेऽ करावे कळेना

पुंडलीक : आता परी कुठलि मंत्रावि जादू
स्वामी-बुवांचे कुणा पाय वंदू
मरो ती चलाखी अन् अक्कलहुषारी
ती एकदाची जळेना

कोरस : जळेना–!

सगळे : कळेना कुणी काय कैसेऽ करावे कळेना
मिळेना मुळी हाय मायाऽविनी ती मिळेना
कळेना कुणी काय कैसेऽ करावे कळेना...
(कोरस जातो.)

पक्या : *(खिडकीबाहेर पाहत)* डॉक्टर– धक्का बसणार नसेल, तर एक सांगतो!

पुंडलीक : आता मला कशानंच धक्का बसणार नाही!

पक्या : मला काय, मी वॉर्निंग दिलीये!... आता सांगतो... वरदे हाऽरि विठ्ठल येताहेत!

(पुंडलीक धक्का बसून मोठ्याने ओरडतो.)

पक्या : बसला ना धक्का?– सांगितलं होतं!

पुंडलीक : –पण नवनीतचे डॅडी इथं, म्हणजे... आता काय करायचं?

पक्या : नाहीसं होण्याची मुळी आहे का, विचारूया बोगसला!

पुंडलीक : पोलीस आहेत का वर्द्यांबरोबर?

पक्या : नाहीत. म्हणजे नसावेत. आजूबाजूला कुठं दबा धरून बसले असतील, तर माहीत नाही... *(म्हणेम्हणेपर्यंत वर्दे हजर होतात.)*

वर्दे : *(संतापाने लालेलाल.)* डॉक्टर– हा प्रकार काय आहे?

पुंडलीक : कशाचा प्रकार?

वर्दे : तुम्ही इकडे दडी मारून बसलाय्! तिकडे माझी मुलगी पळून गेली!

पुंडलीक : तिकडे कुठं?– इकडेच आलीये ती!

वर्दे : कळलं– म्हणून तर मी इकडे आलो!

पुंडलीक : पण तुमचं काम मी तिकडेच केलं!– तिला समज देण्याचं!

वर्दे : मग इकडे कशी आली ती?

(मंदार येतो. त्याच्या हातात ग्लास. थोडा टाइट.)

मंदार : गुड इव्हनिंग वर्देसाहेब. तुम्ही पण पार्टीला आलाय्?

वर्दे : तू आलाय्स नवनीतबरोबर!– मग ठीक आहे! *(थोडे शांत होतात.)*

पुंडलीक : *(सुटका करून घेत)* तुमचं चालूद्या! आम्ही आलोच!

(पुंडलीक वरती जातो. पक्या आत जातो.)

वर्दे : मला तर कळलं, की नवनीत नवीनबरोबर आलीये. मला काळजीच पडली!– म्हटलं, गुरुवारी एंगेजमेंट होतेय् की नाही?

मंदार : कोण म्हणतं नाही होत?– होणार म्हणजे होणारच!

वर्दे : शाब्बास!– पटवलंस ना नवनीतला?

मंदार : तिला पटवण्याचा प्रश्नच कुठं येतो? माझी गुरुवारी एंगेजमेंट होणारेय्, ती मंजूषाबरोबर!

वर्दे : –काय?

मंदार : येस– आमचं एकमेकांवर प्राणांपलीकडे प्रेम आहे!... सांगता येत नाही– प्राण फारच कासावीस झाले, तर एंगेजमेंटमध्ये वेळ फुकट

न घालवता, आम्ही डायरेक्ट लग्नसुद्धा करू!

वर्दे : डायरेक्ट लग्न... मंजूषाबरोबर... शुद्धीवर आहेस ना?

मंदार : नाही... तसा थोडा मजेतच आहे! पण लग्नाच्या बाबतीत– नो मजा!

वर्दे : –आणि तरी तू मंजूषाशी मजा करण्याच्या– आपलं, लग्न करण्याच्या गोष्टी करतोस?

मंदार : येस– आता माझा नवनीतशी काहीएक संबंध नाही!

वर्दे : शॉकिंग– सिम्पली शॉकिंग! विश्वासघात आहे हा सरळसरळ! पण असल्या नालायकपणानं तू मला गोत्यात आणायचा विचार करीत असलास, तर फरगेट इट!– मी बिलकुल हटणार नाही! येत्या गुरुवारी सेंटॉरमध्ये नवनीतची एंगेजमेंट होईलच होईल!– तुझ्याशी नाही तर नवीनशी!

(नवीन हातात ग्लास घेऊन येतो. तोही बऱ्यापैकी टाइट.)

नवीन : काय म्हणालात?

वर्दे : या जावईबापू!

नवीन : कोण जावई? मी?– तुमचा?

वर्दे : आता उगाच रुसवेफुगवे नकोत. मला कळतंय्. मी पहिल्यांदा नाकारलं, म्हणून तुम्ही रागावलाय्. साहजिकच आहे ते. म्हणून म्हटलं, आपणच पड खावी! *(मंदारकडे पाहून)* तरुण आडमुठे वागायला लागले, की म्हाताऱ्यांनी समजूतदार व्हावं. तेव्हा तुमची एंगेजमेंट गुरुवारी– जुहू सेंटॉरमध्ये...

नवीन : शुअर! मी तयारच आहे!

वर्दे : फक्त इन्व्हिटेशनमध्ये थोऽडा बदल करू. मंदारच्या ऐवजी नवीन इज गेटिंग एन्गेज्ड टू नवनीत!

नवीन : अंहं. नवीन इज गेटिंग एन्गेज्ड टू मंजूषा!

मंदार : *(ग्लास खाली ठेवून त्याला मारायला धावत)* मंजूषाशी लग्न– मी करणारेय्!

नवीन : *(ग्लास खाली ठेवून)* दात तोडीन पुन्हा तिचं नाव घेतलंस तर!– मंजूषाशी लग्न मी करणारेय्!

वर्दे : दोघेही मंजूषाशीच लग्न करणार– मग नवनीतशी लग्न कोण करणार?

दोघेही : मी नाही/ मी नाही!

(एकमेकांना धक्काबुक्की करीत ते दोघे बाहेर जातात. त्यांच्या मागून ओरडत-बडबडत वर्दे.
बोगस आणि पक्या बाहेर येतात.)

बोगस : *(हातात ग्लास)* तुमचा थांबण्याचा आग्रह मी तत्काळ मानला!– का? आस्क मी व्हाय!

पक्या : व्हाय?

बोगस : टाइम! वेळ!– मला सवड हवी होती!

पक्या : सवड कशासाठी?...पूर्वा मॅडमला तर तुमच्याबरोबर बाहेर पडायची घाई झाली होती!

बोगस : –आणि मला तर जायचं नव्हतं! त्यामुळे... पीनेका बहाना चाहिये!

पक्या : *(गोंधळून)* मला नाही समजलं!

बोगस : अहो विचार करा म्हणजे समजेल!... ती बाई डॉक्टरीण आणि मी हा असा भणंग!– मी कुठं जाणार तिला घेऊन?

पक्या : पण तुम्हीच तर म्हणालात, की अशी स्त्री कधीच भेटली नव्हती, वगैरे!

बोगस : ते अक्षरश: खरंच आहे! पण तिला नेऊन मी करू काय?... लग्न?... संसार? ते मला शक्य तरी आहे का?... आणि प्रेमात ती पडलीये– मी नाही!... डोळ्यात औषध तिनं घातलंय्! मी नाही!

पक्या : *(चकित)* धन्य आहात! तुम्ही बहुतेक रोजच डोळ्यात औषध घालत असणार– बिनमुळीचं! त्याशिवाय तुमची दृष्टी इतकी साफ राहिलेली नाही! फार थोड्या पुरुषांना टाळता येतं, प्रेमात पडलेल्या बाईला! मानलं तुम्हाला!... पण पूर्वामॅडमच्या वेडावरचा उपाय तुमच्याच हातात आहे!

बोगस : माझ्याकडून ती दुसरी मुळी मिळवण्याच्या दिशेनं हे बोलणं चाललंय्!– राइट?

पक्या : *(ओशाळून)* आता आलंच आहे ध्यानात, तर देऊन टाका ना!

बोगस : *(खो खो हसून)* पण अशी मुळी अस्तित्वात नाही, हे मी आधीच नाही का सांगितलं?... पण हल्ली माणसं सत्यावर विश्वासच ठेवत नाहीत, त्याला काय करायचं?– कुणी त्यांच्या सोयीचं सांगितलं, तरच ते त्यांना सत्य वाटतं!

पक्या : *(निराश होऊन)* मग पूर्वामॅडमचं करायचं काय?

बोगस : त्यात काय आहे?– परत तिच्या डोळ्यात त्याच मुळीमिश्रित औषधाचे दोन दोन थेंब घालायचे! हं– पण या वेळेस योग्य त्या माणसालाच सांगा थेंब घालायला!– गेल्या वेळेसारखी चूक नको व्हायला!

पक्या : *(हर्षभरित.)* थँक्यू– थँक्यू व्हेरी मच! तुमचे उपकार मानावेत, तेवढे थोडेच आहेत! *('डॉक्टर-डॉक्टर' असे ओरडत वर पळतो.)*

(बोगस एकदा, तो गेला त्या दिशेला पाहतो; मग ग्लासमधले राहिलेले ड्रिंक एका घोटात पिऊन तो रिकामा करतो– आणि आला तसाच अवचित, कोणाचाही निरोप न घेता, निघून जातो...
क्षणभराने, पूर्वा बाहेर येते.)

पूर्वा : *(इकडेतिकडे शोधत)* बोगूऽ– बोगू डार्लिंग– कुठं आहेस तू? ये नाऽ मला इतकं एकटं एकटं वाटतंय्! *(पुंडलीक खाली येतो. चाहुलीने)* बोगीऽ *(पुंडलीकला पाहून, निराशेने)* हात्तेच्या– तूच होय? *(परत शोधू लागते.)* बोगीऽ

पुंडलीक : पूर्वा– *(ती जाताजाता थांबते.)* मला तुझी काळजी वाटते–

पूर्वा : माझी काळजीऽ? कशासाठी?– मी चांगली मजेत आहे... आय ॲम फीलिंग डिव्हाइन!

पुंडलीक : त्याविषयी नाही ग. आय स्पेशॅलिस्ट आणखी कसली काळजी करणार?– अर्थात पेशंटच्या डोळ्यांची!

पूर्वा : पण मघा डोळ्यात टाकले मी ड्रॉप्स!

पुंडलीक : हो– पण आता ते दुसऱ्यांदा टाकायची वेळ झालीये!... दोनदा तरी हवेतच ड्रॉप्स घालायला– इन्फेक्शन टाळण्यासाठी!

पूर्वा : एवढंच ना? माझी कशालाही तयारी आहे... अगदी स्वर्गीय आनंदात आहे मी आज!

पुंडलीक : आता तुझा आनंद नक्कीच वाढेल– टेक इट फ्रॉम मी. हं– टेक इथं. मीच टाकतो ड्रॉप्स तुझ्या डोळ्यात! *(तसे करतो.)*

पूर्वा : अयायायाईऽ पुंडलीऽक!
(जादू झाल्याची प्रकाशयोजना व संगीत.)

पुंडलीक : हं– आता हळूहळू उघड डोळे! सावकाऽश... बघ माझ्याकडे!
(पूर्वा डोळे उघडते. तिला पुंडलीक दिसतो. संगीत : 'जादू तेरी नजर'.)

पूर्वा : पुंडलीक–!

पुंडलीक : पूर्वा–! *(दोघे मिठी मारतात. मग–)* एक नवीनच भावना उगवलीये ना तुझ्या मनात?

पूर्वा : नाही पुंडलीक. भावना जुनीच आहे. माझं तुझ्यावर नेहमीच प्रेम होतं. म्हणून तर अधूनमधून तुझ्याशी थोडं भांडल्याशिवाय मला चैन पडत नसे!

पुंडलीक : तू भांडत असताना... तीच भावना, मला वाटतं, तुझ्या नजरेत दिसायची!

पूर्वा : तुला खरं नाही वाटणार पुंडलीक, आत्ता मला एक भयंकर स्वप्न पडत होतं... जागेपणी की झोपेत ते माहीत नाही!... पण त्या स्वप्नात मी चक्क एका कळकट्ट दाढीवाल्याच्या प्रेमात पडले होते! नुसती प्रेमात नाही– अगदी गळ्यात पडत होते त्याच्या! ईऽऽ *(शहारते.)* माझ्यासारखी एक सभ्य डॉक्टरीण– एका ओंगळ अवलियाच्या गळ्यात... स्वप्नात तरी कशी पडू शकेल?

पुंडलीक : हा प्रश्न एखाद्या मानसशास्त्रज्ञाला विचारायला हवा!– नेत्रतज्ज्ञाला नाही!

पूर्वा : मला तरी ते सगळं अगदी बोगस– *(थांबते. काहीतरी आठवल्याप्रमाणे.)*

पुंडलीक : *(घाईघाईने)* सध्या तरी ते जुनं स्वप्न विसरलेलंच बरं. चल– बाहेर मस्त चांदणं पडलंय्. त्यात नवीकोरी स्वप्नं पाहूया.

(दोघे बाहेर जातात. क्षणभराने पक्या आणि नवनीत खाली येतात.)

नवनीत : पण त्यानं माझा इतका अपमान केल्यानंतर तुम्ही मला हे काम सांगताच कसं?

पक्या : प्लीज– प्लीज गिव्ह हिम अ चान्स! एकदाच– एकदाच त्याच्या डोळ्यात हे औषध घाला– त्याला त्याची गरज आहे!

नवनीत : तो जर मंजूषाशीच लग्न करणार असला, तर त्याला डोळे आले काय, नाहीतर त्याचे डोळे गेले काय– मला त्याच्याशी काहीच कर्तव्य नाही!

पक्या : नसूदे. पण मी सांगतो म्हणून– फक्त माझ्या शब्दासाठी– एकदाच!

(नवीन येतो.)

नवीन : असा लोळवलाय् त्या मंदारला! पुन्हा कधी माझ्या वाटेला जाणार नाही!

पक्या : नवीन– तुमच्या जखमांना ड्रेसिंग करायला हवंय् का?

नवीन : नको. त्या तशाच भळभळत्या राहू देत. वीराच्या जखमा आहेत त्या!

पक्या : –मग राहू देत. पण दोन तास होऊन गेले– तुम्ही ड्रॉप्स नाही टाकले डोळ्यात!

नवीन : नको रे बाबा तुझे ते ड्रॉप्स! मघा डोळ्यात टाकले, तर च्यायला, अशी सणक उठलीये!

नवनीत : *(मोठमोठ्याने हसून)* बघा बघा वीराच्या जखमा मिरवणारे!– आयड्रॉप्सना घाबरताहेत!

नवीन : कोण घाबरतोय् आयड्रॉप्सना?– आत्ता टाकतो डोळ्यात!

नवनीत : डोळ्यात टाकल्यासारखं करून मागच्या मागं फेकायचे!–जुनी ट्रिक!

पक्या : असं हिणवण्यापेक्षा तूच टाक की ड्रॉप्स त्याच्या डोळ्यात! बघ तो हूं की चूं करतो, का ते! *(लांब जाऊ लागतो.)*

नवनीत : माझं अडलंय्– *(पक्या वळतो. अजिजीने 'एकदाच'ची खूण करतो.)* बरं बरं. तुम्ही म्हणता तर– *(नवीनला)* बस इथं.

(तो डोके टेकून बसतो. ती त्याच्या डोळ्यात ड्रॉप्स टाकते.)

नवीन : अग आई गंऽ मेलोऽऽ

(प्रकाश बदलतो. संगीत.)

नवनीत : हे शूर वीर! *(कुत्सितपणे हसते.)*

(नवीन डोळे उघडतो. संगीत : 'जादू तेरी नजर')

नवीन : *(नवनीतला पाहून)* नवनीत– माय स्वीटी पाय– इतक्या लांब कां तू उभी?– जवळ ये ना!

नवनीत : लाज नाही वाटत आता माझ्याकडे लाडीगोडी करायला?– मंजूषानं झिडकारलं, म्हणूनच ना हे घूम जाव?

नवीन : *(गोंधळलेला)* घूम जाव... मंजूषा... *(पक्याला)* काय बोलतेय हो ही?– मी हिच्याशिवाय, दुसऱ्या कुणाचा, कधीतरी विचार केलाय् का?

नवनीत : *(पक्याला)* काय हो? हा असं काय बोलतो?– उलटसुलट–

पक्या : त्याचं काय आहे– या वसंतऋतूचं हवामानच असं घनचक्कर असतं, की यात माणसांना कसले कसले भास होतात, कसलीकसली स्वप्नं पडतात, आणि कधीकधी तर त्यांची डोकीदेखील फिरतात... तेव्हा या क्षणी तो जर पहिल्यासारखाच वागत असेल, तर कसं आणि काय, याचा फारसा विचार न करता, तू त्याला उदार मनानं क्षमा करून टाकावीस, हे बरं!

(पुढील भागात, सुरुवातीचा काही वेळ त्याने तिची समजूत काढणे आणि अखेरीस तिने उदारपणे त्याच्या प्रेमाचा स्वीकार करणे, हे पाठीमागे चालू राहते.

मंदार आणि वर्दे आत येतात.)

वर्दे : मला खरोखरच आश्चर्य वाटतं. तरुणांनी आपसात द्वंद्व करून एखादी तरुणी कोणाची, हे ठरवण्याची पद्धत आता कालबाह्य झाली असेल, असं मला वाटत होतं. पण तुम्ही तर– *(नवीन आणि नवनीत यांचे गुटर्गू चाललेले पाहून आश्चर्याने)* – आँ?... आता याचा काय अर्थ समजायचा?

मंदार : अर्थ एवढाच की गुरुवारी तुम्ही नवनीतची एंगेजमेंट बिनधास्त करू शकता! नवीनशी!

वर्दे : पण येत्या चार दिवसात तुमची डोकी पुन्हा फिरणार नाहीत, याची गॅरंटी काय?

पक्या : गॅरंटी कशाचीच नाही वर्देसाहेब. पण जे होईल, ते चांगलंच होईल, अशी आशा करण्यापलीकडे आपल्या हातात काय आहे?

मंजूषा : *(खाली उतरून येते)* अय्याऽ माझा जरा डोळा लागला, तर गेला कुठं मंदार?

मंदार : कुठंच नाही गेलो मी डार्लिंग– हा काय इथं तुझ्या सेवेला हजर आहे?

(पुंडलीक आणि पूर्वा आत येतात.)

पुंडलीक : वर्देसाहेब– जुहू सेंटॉरचं भाडं पुरतंच वसूल होणारेय् . कारण या दोन जोडप्यांबरोबर आम्हीही तिथंच, त्याच वेळी, आमचीही एंगेजमेंट जाहीर करणार आहोत!

(सगळे टाळ्या वाजवतात.)

पक्या : आणि वर्देसाहेब– पुढल्याच महिन्यात, एकाच हॉलमध्ये, एकाच वेळी या तीन जोडप्यांची लग्नं लागतील, असंही जाहीर करूया.

तिन्ही
जोड्या : *(हात वर करून)* आमची तयारी आहे!

वर्दे : कमाल आहे! मी इथं आलो, तो दोघांच्या प्रेमाचा प्रश्न सोडवायला– आणि आता पाहतो तर एकदम सहाजणांचं प्रेम यशस्वी! म्हणजे माणसानं समजायचं काय?– हे प्रेम प्रेम म्हणजे असतं काय?

पक्या : सांगू वर्देसाहेब प्रेम काय असतं?... प्रेम खरं नसतं. पण खऱ्यासारखं वाटणारं एक स्वप्न असतं. तारुण्याच्या वसंतात, पहाटे पडलेलं स्वप्न! कधी ते टिकतं– कधी विरून जातं...

('सूत्रधार' म्हणून पुढं येऊन गातो. सगळे त्याला साथ देतात.)

सूत्रधार : हे प्रेम, प्रेम, प्रेम म्हणावं स्वप्न काय?
जे भुलवत राहतं, खुणवत राहतं
कायम टिकतं वा हुलकावणी देतं
जे येतं हाताशी कधी, कधी पण
ओढतं आपले पाय
हे प्रेम, प्रेम, प्रेम म्हणावं स्वप्न काय?

(सगळे एकदम 'फ्रीज' होतात. वर्दे सोडून.)

वर्दे : वसंतातल्या एका रात्री घडलेला तो प्रकार सगळ्यांनीच एक चमत्कारिक स्वप्न म्हणून सोडून दिला. पण पुढच्या आयुष्यात काही अनाकलनीय घटना घडल्या. मंदार आणि मंजूषा यांना तीन मुलं झाली. पुढे डायट करण्याचा अतिरेक केल्यामुळं बिचारी मंजूषा कुपोषणानं गेली. नवीन आणि नवनीत यांनी घटस्फोट घेतला– कालांतरानं नवनीतनं मंदारशी लग्न केलं. प्रकाश उर्फ पक्या याचं चंद्रकलेबरोबरचं प्रकरण कलेकलेनं वाढत गेलं, आणि त्याची बायको त्याला सोडून कायमची माहेरी निघून गेली... दाढीवाल्या बोगसनं आपला विचार बदलून वयाच्या पंचेचाळिसाव्या वर्षी लग्न केलं, आणि का कुणास ठाऊक, पण आपल्या बायकोचं नाव 'पूर्वा' ठेवलं. या तीनही जोडप्यांपैकी फक्त डॉ. पुंडलीक आणि डॉ. पूर्वा यांचा संसार, आणि प्रेम, ही दोन्ही कायम टिकली. तरीही त्यांचा, प्रेम या कल्पनेवर कधीच विश्वास बसला नाही. आपलं प्रेम, ही नियतीची नजरचूक आहे, असंच ती दोघं समजत राहिली...

(सगळे 'अनफ्रीज' होऊन गाऊ-नाचू लागतात. कोरस येऊन त्यांना साथ देतो.)

पक्या (सूत्र) : हा खेळ सहज नी साधा, छायांनी घडविलेला
हीं फसवी नाटकलीला, तरि जगा आरसा धरला
ही जादूची गोष्ट, नजरेला स्पष्ट, तुमच्या दिसेल काय?
हे प्रेम, प्रेम, प्रेम म्हणावं स्वप्न काय?
हे प्रेम, प्रेम, प्रेम....

पडदा.

समाप्त.

■